மணிக்கொடி சிறுகதை முதல்வர்கள்

மணிக்கொடி சிறுகதை முதல்வர்கள்

சி. சு. செல்லப்பா

எழுத்து பிரசுரம்

Title: Manikkodi Sirukathai Muthalvargal
Author's Name: C.S. Chellappa

Published by Ezutthu Prachuram

Ezutthu Prachuram
(An imprint of Zero Degree Publishing)
No. 55(7), R Block, 6th Avenue,
Anna Nagar,
Chennai - 600 040

Website: www.zerodegreepublishing.com
E Mail id: zerodegreepublishing@gmail.com
Phone : 89250 61999

Ezutthu Prachuram First Edition: May 2022
ISBN: 978-93-91748-86-9
TITLE NO EP: 348

Cover Design & Layout: Vijayan

பொருளடக்கம்

பதிப்புரை

இந்திய சுதந்திர இயக்கத்தினால் ஏற்பட்ட விளைவுகளில் முக்கியமானதொன்று, வட்டார மொழிகளுக்கு முக்கியத்துவம் கிடைத்தது. மக்களுக்கு சுதந்திர உணர்ச்சியை ஊட்டி வளர்க்க அவர்களின் தாய் மொழியையே கையாளப்பட வேண்டிய கட்டாயம் உருவாகியது. அதனால், தற்கால மனோபாவம், கருத்துகள், எண்ணங்கள், சிந்தனைகள் வெளியிட மொழி வளர்ச்சியுற்றது. தற்காலம் உரைநடைக் காலம் ஆகிற்று. இந்நூற்றாண்டின் முதல் ஐம்பது ஆண்டுகளில் இந்திய சுதந்திர இயக்கம் வீறுபெற்றது. பாரதி, திரு. வி. க, வ.ரா., சொக்கலிங்கம் போன்றவர்களால் தமிழ் உரைநடை மென்மையும், வன்மையும், ஆழமும், அகலமும் பெற்றது.

இருபதுகளிலும், முப்பதுகளிலும் தோன்றிய, ‘ஆனந்த போதினி’, ‘பிரசண்ட விகடன்’, ‘ஆனந்த விகடன்’, ‘கலை மகள்’ இவற்றில் கட்டுரைகளே முக்கிய இடத்தைப் பெற்றன. ஆனால் மேலை நாட்டில் வளர்ந்து வந்த

இலக்கியப் பிரிவான சிறுகதைத் துறையைத் தமிழில் வளர்க்க அவ்வளவு அக்கறை கொள்ளவில்லை. அக்காலகட்டத்தில் தோன்றிய 'மணிக்கொடி' என்ற சிற்றேடுதான் இத் துறையை முழுப் பிரக்ஞையுடன் வளர்த்தது.

இந்திய சுதந்திரப் போராட்டத்தில் ஈடுபட்ட கே. சீனிவாசன், தாம் பெற்றிருந்த ஆங்கிலப் பத்திரிகை அனுபவத்தைக் கொண்டு, 1933 ல் 'மணிக்கொடி'யைத் தொடங்கினார்.

'மணிக்கொடி' பத்திரிகை வரலாற்றில் மூன்று கால கட்டங்களைப் பார்க்கலாம். முதல் காலகட்டம் வ. ராவை மெய்யாசிரியராகக் கொண்டு நடத்தப்பட்டது. இதில் அரசியல் முக்கியமான இடம் பெற்றது. இரண்டாவது கட்டம்: பி. எஸ். ராமையாவை, 1935 மார்ச் 31 ம் தேதியிலிருந்து ஆசிரியராகக் கொண்டு நடத்தப்பட்டது. இக்காலகட்டத்தில் சிறுகதை முழுப் பிரக்ஞையுடன் வளர முயற்சி எடுக்கப்பட்டது. தமிழ் சிறுகதை வரலாற்றில் முத்திரையை விட்டுச் சென்றது இக்கால 'மணிக்கொடி'தான். மூன்றாவது கட்டம் ப. ராமசாமியை ஆசிரியராகக் கொண்டு நடத்தப்பட்டது. ராமையா பத்திரிகையின் கொள்கைப் பிரகடனமாக எழுதினார்.

"தற்சமயம் தமிழ்நாட்டில் சிறுகதைகளுக்கு என்று தனிப்பத்திரிகை இல்லை. ஆனால் சிறுகதை கலையின் பிறப்பிடமான அயல் நாட்டு எழுத்தாளர்களுக்கு சமமான திறமையுடன் கதைகள் எழுதும் எழுத்தாளர்கள் தமிழ்நாட்டில் பலர் இருக்கின்றனர். அவர்கள் திறமை பிரகாசிக்கத் தனி சாதனந்தான் இல்லை. எனவே புது மணிக்கொடி இந்த இரண்டு குறைகளையும்

போக்கிவிடும் என்று உறுதியாகச் சொல்லலாம். மனித வாழ்க்கையில் எல்லா அம்சங்களையும் மனோ நிலைகள், உணர்ச்சிகள் முதலியவற்றையும் சூட்சுமமாகவும் தெளிவாகவும் கையாண்டு எழுதப்படும் கலையழகு நிறைந்த இனிய கதைகளுடன் மணிக்கொடி பிரகாசிக்கும்.'' அப்படியேதான் செய்தார். அதில் வெளிவந்த ஒவ்வொரு சிறுகதையின் தலைப்பின் கீழ், இரத்தினச் சுருக்கமாக அந்தக் கதையைப் பற்றியும் ஆசிரியரைப் பற்றியும் குறிப்பு எழுதினார். அவை எல்லாம் விமர்சன வித்துக்களாகத் திகழ்ந்தன. மேல்நாட்டுக் கதைகளின் பாதிப்பு - 'அது' மொழிபெயர்ப்பாக இருக்க வேண்டுமா? தழுவலாக இருக்க வேண்டுமா? என்ற முக்கியமான சர்ச்சை பலரால் எழுதப்பட்டது.

'மணிக்கொடி' தொடர்பு கொண்ட சி. சு. செல்லப்பா அவர்கள் அந்தக் காலகட்டத்தில் வெளியான சிறுகதை ஆசிரியர்களின் படைப்புகளை இந்நூலில் திறனாய்வு செய்கிறார். தமிழ்ச் சிறுகதைத் திறனாய்வு விரிவாக ஆய்வு செய்வதற்கான களத்தை அமைத்துத் தந்திருக்கிறார். ஆகையினால் மேலும் விரிவாக்கப்பட வேண்டிய பல கருத்துகளையும், பார்வைகளையும், வீச்சையும். சூட்சும அளவில் கொண்டிருக்கும் இவ்வரிய நூலை நாங்கள் வெளியிடுவதில் மன நிறைவு கொள்கிறோம்.

- பதிப்பகத்தார்

முன்னுரை

என் முதல் விமர்சன முயற்சியான தமிழ்ச் சிறுகதை பிறக்கிறது புத்தகத்துக்கு எழுதிய முன்னுரையில் என் உத்தேசத்தைக் குறிப்பிடுகையில் தமிழ்ச் சிறுகதைத் துறைக்கு புதுப்பரிமாணம் சேர்த்த தனித்தனி சிறுகதைகளையும் அவற்றைப் படைத்த சிறுகதை ஆசிரியர்களையும் குறிப்பிட்டு ஆராய்வதுதான் என்று தெரிவித்தேன். இந்தத் தமிழ்ச் சிறுகதை முதல்வர்கள் சிறு நூலில் அடுத்த முயற்சியாக, மணிக்கொடி சிறுகதை இயக்கம் மூலம், அதில் பல சிறுகதைகள் எழுதி பங்கு சேர்த்த குறிப்பிடத்தக்க மூலவர்கள், முதல்வர்களை மட்டும் தேர்ந்தெடுத்து அவர்கள் மணிக்கொடியில் எழுதியுள்ள சிறுகதைகளை மட்டும் வைத்து அவர்களது படைப்பு சாதனையையும் அந்தப் படைப்புகளின் தன்மைகளையும் அறிமுகப்படுத்தும் காரியத்தைச் செய்ய முயன்றிருக்கிறேன்.

இப்படி எல்லை வகுத்துக்கொண்ட பிறகு நான் இங்கே தேர்ந்து எடுத்திருப்பது எட்டு சிறுகதையாளர்கள். இந்த எண்மரும் 'அவாந்த கார்டே', அதாவது இலக்கியத்தில்

புதுவித, சுயமான, சோதனை செய்த, பரிமாணம் சேர்த்த கருத்துகள், பார்வைகள், கோட்பாடுகள், உருவங்கள், உத்திகள், நடைகள் ஆகியவற்றில் தனித்தன்மை காட்டிய முன்னோடி சாதனையாளர்கள் என்ற கணிப்புக்கு உரியவர்கள். இவர்களைத் தவிர இன்னும் குறிப்பிடத்தக்க பத்து மணிக்கொடி சிறுகதையாளர்கள் உண்டு. கி. ரா., பி. எம். கண்ணன், சுந்தா. வெ. சந்தானம், ரா. ஷண்முகசுந்தரம், எம்.வி. வெங்கட்ராம், க. நா. சுப்ரமண்யம், லா.ச. ராமாம்ருதம் ஆகிய எண்மர். மணிக்கொடிக்கு முந்தியவர்களும் மூத்தவர்களுமான சங்கு சுப்ரமண்யன், தி.ஜ. ரங்கநாதன் இருவரும் மணிக்கொடியில் ஒரு சில கதைகள் எழுதியவர்கள். மூன்றாவது பட்டியலாக எம்.என். சுப்ரமண்யன், சேது அம்மாள், எம்.ஜே. சாமிநாதன், நளன், மதி, வே.சி.வி. அனந்தகிருஷ்ணன் இன்னும் சிலரும் உண்டு. இவர்கள் எல்லோரும் மணிக்கொடி சிறுகதையாளர்கள்தான். ஆக மொத்தம் சுமார் நானூறு கதைகள் மணிக்கொடியில் இவர்கள் எழுதியவை. ஆனாலும் சிறுகதைக்குப் பரிமாணங்களைச் சேர்த்தவர்கள், சோதனையாளர்கள் என்று தனித்து எடுத்துச் சொல்லும்போது முதல் எட்டுப் பேர்களைத்தான் கணிக்க முடிகிறது. அவர்களது சிறுகதைகள் கிட்டத்தட்ட நூறு ஆகும். இவைதான் மணிக்கொடி களத்தில் சிறுகதைத் துறைக்கு அடித்தளம் போட்டவை என்று திட்டவட்டமாகக் கணிக்க முடிகிறது. இப்படிச் சொல்வதால் மற்றவர்கள் பங்கு இல்லை என்று கருதிவிடக் கூடாது. ஒரு சிறு அளவுக்கு உதவியவை. ஆனால் 'இம்பாக்ட்' என்கிறோமே பாதிப்பு, தாக்கம் விளைவிக்கப்பட்டது இந்த முதல்வர்களால்தான் என்பதுதான் இலக்கிய வரலாற்று ரீதியாக அங்கீகரிக்கப்பட வேண்டிய உண்மையாகும்.

இந்தச் சின்ன நூலில் நான் தேவையான போதிய அளவுக்கு கணிப்பு செய்து இருப்பதாகக் கூறத் துணிய மாட்டேன். சிறுகதை இலக்கிய வாசகனுக்கு இது அறிமுக முயற்சி அளவுக்குத்தான் செய்திருக்கிறேன். இந்த எட்டுப் பேர்களின் மொத்தப் படைப்புகளான சுமார் எண்ணூறு சிறுகதைகளையும் மொத்த மதிப்பீடு செய்யும்போதுதான் ஒரு 'அவாந்த கார்டே'க்கார 'எக்ஸ்பெரிமெண்டல்' சாதனைகளின் பூரணமான அல்லது அதிகபட்ச அளவீடு நிறைவேறியது ஆகும். அத்தகைய மதிப்பு நிர்ணயம் செய்ய முன்வர ஒரு இலக்கிய வாசகனைத் தூண்டிவிட இந்தச் சிறு நூல் உதவக்கூடும் என்று நம்புகிறேன்.

சி.சு. செல்லப்பா

சென்னை
7-2-1990

மணிக்கொடி சிறுகதை முதல்வர்கள்

மணிக்கொடி காலம், மணிக்கொடி சிறுகதை, மணிக்கொடி சிறுகதை எழுத்தாளர்கள், மணிக்கொடி பாணி, மணிக்கொடி மரபு என்றெல்லாம் இனம் கண்டு இடம் ஒதுக்கப்படும் அளவுக்கு ஒரு இலக்கிய மலர்ச்சி காலகட்டத்து சிறுகதைச் சாதனையை வரலாற்று ரீதியாகக் கணிக்கும் வாய்ப்பு, பி.எஸ். ராமையா பொறுப்பில் வெளிவந்த மாதம் இருமுறை மணிக்கொடி பொன்விழா ஆண்டான இந்த 1985 ல் கிட்டி இருக்கிறது. இன்றைய பார்வையிலிருந்து அதன் விசேஷத் தன்மையை அறிமுகப்படுத்துவது இந்தக் கட்டுரைத் தொடரின் நோக்கம். மணிக்கொடிக்கு முன்பே இருபதுகளில் பாரதி, அ. மாதவையா, வ. வெ. சுப்ரமண்ய அய்யர், தி. ஜ. ரங்கநாதன் (தி.ஜ.ர.) ரா. கிருஷ்ணமூர்த்தி (கல்கி) ஆகியோர் கதைகள் எழுதி இருக்கிறார்கள். இவர்களில் அய்யர்தான் 'ரீதி புதிது' என்று உணர்ந்து நெஞ்சறிந்து சிறுகதை என்ற உருவ வகையைக் கையாண்டவர். அய்யர் செய்தது ஒரு

சிறு அளவுக்குத்தான் என்றாலும் செய்த அளவுக்குச் சரியாகச் செய்தவர் என்று கருதலாம்.

இருபதுகளை விட முப்பதுகளில்தான் வார, மாதமிருமுறை, மாதப் பத்திரிகைகளின் தோற்றம் பெருகியது. வாசகத் தொகை அதிகரிப்புக்கும் வாசகத் தேவை தோரணைக்கும் ஏற்ப இந்தப் பத்திரிகைகள் புதிய அம்சங்களைத் தரவேண்டிய கட்டாயத்தின் விளைவாகச் சிறுகதையும் ஒரு இலக்கிய ரகமாக உருவாக ஆரம்பித்தது. ஆனந்த விகடன், கலைமகள், பிரசண்ட விகடன். மணிக்கொடி, சுதந்திரச் சங்கு, காந்தி, குமார விகடன், முதலியவை சிறுகதைகளை வெளியிட ஆரம்பித்தன. முறையே இந்தப் பத்திரிகைகளின் பொறுப்பு ஆசிரியர்களான ரா. கிருஷ்ணமூர்த்தி, கி.வா. ஜகந்நாதன், நாரண துரைக்கண்ணன், வ.ரா. சங்கு சுப்ரமண்யன், டி. எஸ். சொக்கலிங்கம், ம.க. தணிகாசலம் (இளங்கோவன்) ஆகியோர் சிறுகதைகளின் முக்யத்வத்தை உணர்ந்தவர்களாக இருந்தார்கள். ஒவ்வொன்றும் ஒன்றிரண்டு அல்லது மூன்று கதைகளைத் தாங்கி வரும். அப்போது சிறுகதை என்பது சிறிய கதை என்ற அளவில்தான் பொதுவாகக் கருதப்பட்டது. சிறுகதை என்ற ஒரு புதுவித லட்சண இலக்கியப் பிரிவாகக் கருதப்பட்டதாக எனக்குத் தோன்றவில்லை. எனக்கே அப்போது தெரியாது. பின்னால்தான் சிறிய கதைக்கும் சிறுகதைக்கும் வித்தியாசம் தெரிந்தது.

இந்த வித்யாசத்தை உணரவைத்தது மாதம் இருமுறை 'மணிக்கொடி'. சிறுகதைக்கு என்றே பி. எஸ். ராமையாவை மெய்யாசிரியராகக் கொண்ட பத்திரிகை அது. 1933 ல் ஆனந்த விகடன் நடத்திய முதல் சிறுகதைப் போட்டி மூலம் தெரிய வந்தவர் ராமையா. அதன்பின் அவர் தொடர்ந்து விகடன்,

காந்தி, கலைமகள், வ.ரா. வின் மணிக்கொடி ஆகியவற்றில் சிறுகதைகள் எழுதிவந்தவர். சிறந்த சிறுகதைகள் அவர் எழுதி வந்தாலும் அப்போது மேல்நாட்டில் தோன்றி வளர்ந்து இருந்த 'சிறுகதை' என்ற புதுப் பிரயோக வகை பற்றியோ அங்கே அதுக்கு வரையறுக்கப்பட்ட புதுவித லட்சணங்கள் பற்றியோ அவருக்குத் தெரியாது. அவரே இதை ஒன்றுக்கு மேற்பட்ட இடங்களில் கூறி இருக்கிறார். எனவே அய்யர் போல 'ரீதி புதிது' என்ற பிரக்ஞை இல்லாமலே அவர் இந்தப் புதுப் பிரயோக பாணி சிறுகதைகளை எழுதி இருந்தார். மணிக்கொடிக்காரர்களான எங்களில் அவர் ஒருவர்தான் மேல்நாட்டுச் சிறுகதை பரிச்சயம், செல்வாக்கு, பாதிப்பு இல்லாமல் அந்தத் துறையில் ஈடுபட்டவர். ராமையாவின் படைப்பு சாதனையில் இது தனித்து கவனிக்கப்படவேண்டிய விஷயம்.

மணிக்கொடி பொறுப்பு ஏற்குமுன் ராமையா இருபத்தைந்து சிறுகதைகளை எழுதி இருந்தார். அந்த அனுபவத்தின் உரத்தால்தான் அவர் அவ்வவ்வளவும் 'சிறுகதைகள்' என்று அந்தப் பிரிவுக்கு மட்டும் இடம் கொடுத்து ஒரு சிறுகதை பத்திரிகையைத் துணிந்து கொண்டு வந்தார் என்று நம்புகிறேன். அதோடு வ.ரா வின் வார மணிக்கொடியில் அவர் உதவி ஆசிரியராக இருந்த அநுபவமும் சேர்ந்திருக்கும். ஒரு ஆண்டுக்கு மேல் அந்தப் பத்திரிகையில் வ.ரா. வால் கண்டுபிடிக்கப்பட்ட எழுத்தாளர்களில் சிறுகதை எழுதிய புதியவர்கள், புதுவிதச் சிறுகதை எழுதியவர்களை ராமையாவால் இனம் காண முடிந்திருக்கிறது. 'மணிக்கொடி' மட்டுமின்றி சுதந்திரச்சங்கு வாரப் பத்திரிகையில் வெளியான சிறுகதைகள், சிறுகதையாளர்களை அவர் கணித்திருக்கிறார். எனவே தன் புதிய முயற்சிக்கு அந்தப்

புதியவர்களின் எழுத்துப் பங்கும் தன் பத்திரிகைக்குக் கிடைக்கும் என்ற நம்பிக்கையும் அவருக்கு ஏற்பட்டிருக்க வேண்டும். அவரது முதல் மணிக்கொடியே இதை நிரூபிக்கிறது. அதில் எழுதியவர்கள் பட்டியல் இதோ. ராமையாவோடு பிச்சமூர்த்தி, கு.ப. ராஜகோபாலன், புதுமைப்பித்தன், பெ.கோ. சுந்தரராஜன், சங்கு சுப்ரமண்யன், சி.சு. செல்லப்பா ஆகியோர். இவர்கள் ராமையா மணிக்கொடிக்கு முன்பே வ.ரா. மணிக்கொடியிலும் சுதந்திரச்சங்கு, காந்தி, கலைமகள் இவற்றிலும் எழுதி இருந்தவர்கள். தன் முதல் மணிக்கொடிக்கே முயன்று இவர்கள் சிறுகதைகளை ராமையாவால் பெற முடிந்திருக்கிறது என்பது குறிப்பிடவேண்டியதாகும். இவர்கள் தொடர்ந்து மணிக்கொடியில் சிறுகதைகள் மூன்றாண்டுக் காலம் எழுதி, 'மணிக்கொடி கோஷ்டி' ஆனார்கள்.

இவர்கள் மட்டும்தான் மணிக்கொடியாளர்கள் இல்லை. மணிக்கொடியிலேயே பிறந்தவர்களும் உண்டு. கி. ரா, பி.எம். கண்ணன், ந. சிதம்பரசுப்ரமண்யன், மே.ரா. மீனாட்சிசுந்தரம் (சுந்தா), மௌனி (எஸ். மணி), எம்.என். சுப்ரமண்யன், எம். வி. வெங்கட்ராமன், ரா. ஷண்முகசுந்தரம், க.நா. சுப்ரமண்யம் முதலியோரும் மணிக்கொடிக்காரர்கள்தான். இவர்களையும் தவிர ஒன்றிரண்டு, மூன்று கதைகள் அதில் எழுதி பிறகு அதிகம் எழுதாதவர்களும், எழுதுவதையே நிறுத்திவிட்டவர்கள் சுமார் ஐம்பது பேர்களும் சேர்ந்தவர்கள்தான். இருந்தாலும் மணிக்கொடி சிறுகதைப் படைப்பாளிகள் என்ற முத்திரை குத்தலுக்கு வரும்போது, புதுவிதமான இலக்கிய சோதனை, சாதனை வெளிப்படுத்தி, 'சிறுகதை' துறையை ஒரு இயக்கமாக வளர்த்து, அந்த இயக்கத்தின் முன்னோடி

வரிசையாளர்களாக (அவாந்த கார்டே) கணிசமான பங்கு செலுத்தியவர்களைத்தான் சுட்டிக்காட்ட முடியும். முக்யப் பங்கு செலுத்துதல் என்பது, கருத்தாழ்ந்த படைப்பு மனங்கள் தற்காலத் தன்மையை உணர்ந்து, உடன் கால மானுட அனுபவங்களை முன்வைத்து மதிப்புள்ளவையாக ஆக்கி நயமாக வெளிப்படுத்தத் தக்க நூதனமான வழிவகைகளைக் கையாண்டு, அவற்றை அழகான வடிவத்தில் வடிக்கும் முயற்சியாக, உள்ளடக்கம் உருவம், உத்தி ஆகிய மூன்று அம்சங்களும் சிறப்பாக அமையச் செய்து இலக்கியத்தரமான கவிதை, கதை, நாவல், நாடகம் ஆகிய இலக்கியப் பிரிவுகளைக் கையாண்டு ஒரு மொழிக்கு வளம் சேர்ப்பதுதான். முப்பதுகளில் இதைச் செய்த ஒரு பத்துப் பேர்கள், மணிக்கொடி மூலம் செயல்பட்டவர்கள். ‘மணிக்கொடி கோஷ்டி’ எனப் பிற்காலத்தில்தான் இனம் கண்டு அழைக்கப்பட்டவர்கள். முப்பதுகள் காலச் சிறுகதை மலர்ச்சி இயக்க முதல்வர்களாகக் கருதப்பட்டதுடன் அதே காலகட்டத்து மறுமலர்ச்சி இயக்கத் தலைவனாக இருந்த வ.ரா. கோஷ்டிக்காரர்களாகவும் பெயரிடப்பட்டார்கள். பாரதி மகாகவி விவகாரம் வ.ரா. வுக்கும் கல்கிக்கும் இடையே 1935 ல் நடந்தபோது கல்கி, வ.ரா. வுக்கு எழுதிய பகிரங்கக் கடிதக் கட்டுரையில் ‘தாங்களும் தங்கள் சகாக்களும்’ என்று இரண்டு இடங்களில் குறிப்பிட்டு, எங்களுக்கு முதன்முதலாக, ‘வ.ரா. கோஷ்டி’ முத்திரை குத்தி இருக்கிறார். வ.ரா. கோஷ்டி மறுமலர்ச்சி கோஷ்டியாகி அதுவும் மணிக்கொடி கோஷ்டியாகிவிட்டது. மணிக்கொடி என்றால் சிறுகதை நினைவும் சிறுகதை என்றால் மணிக்கொடி நினைவும் வரும் அளவு இரண்டும் இழைந்ததாக ஆகிவிட்டது. அந்த மணிக்கொடி சிறுகதையாளரைப் பார்ப்போம்.

சிறுகதை மணிக்கொடி முதல் இதழ் 31-3-35ல் வெளிவந்தது. அதுமுதல் 1-2-38 வரையில் மூன்றாண்டுக் காலம் ராமையா ஆசிரிய பொறுப்பில் வெளிவந்தது. (அதன்பின் ப.ரா. (ப. ராமசாமி) பொறுப்பில் ஒன்றரை ஆண்டுக் காலம் வெளிவந்து நின்றுவிட்டது) நாம் இங்கே கணிக்க இருப்பது ராமையா மணிக்கொடியின் மூன்றாண்டுக்கால சாதனையைத்தான். இந்தக் கால அளவில் மொத்தம் நாற்பத்தி ஆறு இதழ்கள்தான் வெளிவந்தன. மாதமிருமுறை கணக்குப்படி எழுபது இதழ்கள் வந்திருக்க வேண்டும். ஆனால் ஆரம்பத்தில் ஒழுங்காகவும் பிறகு தடுமாறியும் வந்ததில் இரண்டு ஆண்டுகளுக்கு உரிய அளவு இதழ்கள்தான் வந்தன. இந்த நாற்பத்தி ஆறு இதழ்களில் முன்னூற்றி தொண்ணூற்றி நான்கு (394) கதைகள் வந்தன. அவற்றில் ஐம்பத்தெட்டு (58) மொழிபெயர்ப்புக் கதைகள் போக முன்னூற்றி முப்பத்தாறு சுயம் கதைகள் வெளிவந்தவை. சுமார் எழுபது பேர்கள் எழுதி இருக்கிறார்கள்.

இவர்களில் பதினேழு பேர்கள் அதிகமான சிறுகதைகளை எழுதியவர்கள். இவர்களது நூற்றி ஐம்பத்தி நான்கு (154) சிறுகதைகளை இன்று சேர்த்துப் படிக்கிறபோது மணிக்கொடியில் சிறுகதை மலர்ச்சி இயக்கம் எவ்வாறு தோன்றி வளர்ந்தது என்பதை அறிய முடியும். அவற்றை எழுதியவர்களும் எழுதிய தொகையும் பின் வருமாறு: பி.எஸ். ராமையா (20), ந. பிச்சமூர்த்தி (11), புதுமைப்பித்தன் (17), கு.ப. ராஜகோபாலன் (6), பெ.கோ. சுந்தரராஜன் (12), சி.சு. செல்லப்பா (12), ந. சிதம்பர சுப்ரமண்யன் (10), மௌனி (8), தி. ஜ. ரங்கநாதன் (1), சங்கு சுப்ரமண்யன் (3), க.நா. சுப்ரமண்யம் (4), கி.ரா. (17), பி.எம். கண்ணன் (8), மே.ரா. மீனாக்ஷி சுந்தரம் (சுந்தா(8), எம்.வி. வெங்கட்ராம் (9), ரா. ஷண்முகசுந்தரம்

(4), வெ. சந்தானம் (4) ஆகியவர்கள். இவர்களில் க.நா. சுப்ரமண்யம் மணிக்கொடியில் நான்கு சிறுகதைகள் எழுதி இருந்தாலும், அவரது தனித்தன்மை அதுக்குப்பின் எழுதியவற்றில்தான் வெளிப்பட்டது. கி.ரா., பி.எம். கண்ணன், சுந்தா ஆகியோரின் ஆரம்பம் சரியாக இருந்தாலும் தனித்தன்மை ஏறவில்லை. திசைகூட மாறிவிட்டது. சங்கு சுப்ரமண்யனும், வெ. சந்தானமும் எழுதுவதை நிறுத்திவிட்டார்கள். தி.ஜ.ரங்கநாதன் ஒரு சிறுகதை அதில் எழுதிவிட்டு பிறகு கலைமகள், சக்தி ஆகிய பத்திரிகைகளில் எழுதிக்கொண்டிருந்தார். எம். வி. வெங்கடராமனும் ர. ஷண்முக சுந்தரமும் ப.ரா. மணிக்கொடியிலும் தொடர்ந்து எழுதினார்கள். கு.பா.ரா, ந. சிதம்பர சுப்ரமண்யன், நான் மூவரும் அதில் ஒன்றிரண்டு எழுதினோம். மௌனி பிறகு அதில் எழுதவே இல்லை. சிட்டியும் அதில் எழுதவில்லை.

ராமையா மணிக்கொடியில் எழுதியவர் அல்ல லா.ச. ராமாம்ருதம். மணிக்கொடியின் மூன்றாவது கட்ட ப.ரா. பொறுப்பு மணிக்கொடியில்தான் இரண்டு சிறுகதைகள் எழுதினார். அதுக்கு முன் அவர் ஆங்கிலத்தில் ஒரு சில சிறுகதைகள் எழுதி இருப்பதாக நினைவு. ஆகவே கூட்டிக்கழித்துப் பார்த்தால் ராமையா, பிச்சமூர்த்தி, புதுமைப்பித்தன், கு.ப. ராஜகோபாலன், பெ.கோ. சுந்தரராஜன், சிதம்பர சுப்ரமண்யன், மௌனி, நான் ஆகிய எண்மர்தான் மணிக்கொடி கோஷ்டியினர் என்று சுட்டிக்காட்டப்பட்டவர்கள். இந்தக் கோஷ்டிக்கு மறுமலர்ச்சி இயக்கத் தலைவனான வ.ரா.வின் விஸ்வரூபம் அதன் பின்னணியில், சூழ்நிலையில் ஒளி வீசிக்கொண்டிருந்தது என்பதை மட்டும் மறந்துவிடக் கூடாது.

பி.எஸ். ராமையா

மணிக்கொடி சிறுகதையாளர் கோஷ்டி அமைவை நிர்ணயித்துக்கொண்ட இந்தப் பீடிகைக்குப் பின் அவர்களது பங்கு பற்றி இந்தக் கட்டுரைத் தொடரில் பார்ப்போம். முதலில் ராமையாவின் சிறுகதைகள். சிறுகதை மணிக்கொடி இரண்டாவது இதழில், 'பூச்சூட்டல்' சிறுகதை எழுதுமுன் ஆனந்த விகடன், காந்தி, கலைமகள், இன்னும் ஒரு சில பத்திரிகைகளில் இருபத்தைந்து சிறுகதைகள் எழுதி இருக்கிறார். அவற்றில் மலரும் மணமும், எனது மாஜிகணவர், வார்ப்படம், இலக்கிய ரசிகர், நக்ஷத்திரக் குழந்தைகள், போட்டிக்கதை, புதுமைக் கோவில் ஆகியவை குறிப்பிடத்தக்கவையாகும். சிறுகதையின் உருவம், உத்தி பற்றி எல்லாம் தனக்கு எதுவுமே தெரியாது என்று அழுத்திச் சொல்லும் அவர் மேலே குறிப்பிட்டுள்ள நயமான சிறுகதைகளை எழுதி இருப்பது வியக்கத்தக்கதாகும். தன் கதைகளுக்கு நூதனமான விஷயங்களையும் கதைக்கருக்களையும் அவர் புதிதாகக் கற்பனை செய்தது போலவே அந்தந்தக் கதைகளுக்கு ஏற்ற உருவத்தையும் அந்த உருவங்கள்

அமைவதற்கு ஏற்ற உத்திகளையும் முன்மாதிரி இன்றி, தானே கற்பனையில் கையாண்டிருக்கிறார் என்று சொல்ல முடியும். ஆனால் முன்மாதிரி அவருக்குள் பட்டிருக்கிறது என்றும் சொல்லவும் முடியும்.

பாட்டிகள் கதை சொல்லி, விவரம் தெரிந்த குழந்தைகளுக்கும் சிறுவர்களுக்கும் சாதம் ஊட்டியும் கையில் பிசைந்து போட்டும் அவர்களைச் சரியாகச் சாப்பிட வைத்த காலத்தவர் ராமையா. விக்ரமாதித்தன், மதனகாமராஜன், ஆரியமதோ பாக்யானம், தெனாலிராமன், மரியாதை ராமன், ராயர் அப்பாஜி, பஞ்ச தந்திரக் கதைகள், பரமார்த்த குரு கதைகள் மற்றும் ராமாயண, பாரத, பாகவத புராணக் கதைகளை வயதானவர்கள் சொல்லிக் கேட்டிருப்பவர் அவர். அதோடு சிறுவயதிலேயே தன் ஊரில் பிறந்த பி. ஆ. ராஜம் அய்யரின் ‘கமலாம்பாள் சரித்திரம்’ நாவலைப் படித்திருந்த வர். மற்றும் அக்கால நாவலாசிரியர்களான வடுவூர் துரைசாமி அய்யங்கார், ரங்கராஜ் போன்றவர்களின் நாவல்களையும் படித்திருப்பவர். அவர் சிறுவனாக இருந்தபோது இளைஞர்களாகச் சேர்ந்து வெங்கட விலாஸ் லைப்ரரி என்ற ஒரு புத்தகச் சாலையை, வத்தலகுண்டு அக்ரஹாரத்தில் நடத்தி வந்தார்கள். அதில் அந்தக் கால நாவல்கள் வேதநாயகம்பிள்ளை நாவல் முதல் ரங்கராஜ் வரை முப்பது பேர்களுக்கு மேல் எழுதி இருந்த சுமார் நூறு நாவல்கள் இருந்தன. இருபதுகள் மத்தியில் சிறுவனான நான் அவற்றைப் படித்திருக்கிறேன். என்னைவிட ஏழு வயது மூத்தவரான ராமையாவும் படித்திருக்கக்கூடும். ஏன், ராமையாவும் அந்த வாசகசாலை அமைப்பாளர்களில் ஒருவராகக்கூட இருந்திருக்கலாம். ராமையா

வயது ஒத்த என் உறவினர்கள் அதில் இருந்ததால் அவர்களோடு சேர்ந்திருந்த ராமையாவுக்கும் பங்கு இருந்திருக்கக்கூடும் என்பது என் யூகம். அவற்றின் பாதிப்பு ராமையாவுக்கு இருந்திருக்கிறது என்பதை உறுதிப்படுத்துவதுபோல, தன் பதினெட்டாவது வயதில் 'கோமளா அல்லது கைலாசய்யரின் கெடுமதி' என்ற நாவலை எழுதியிருந்ததுதான். அந்த நாவல் 'கமலாம்பாள் சரித்திரம்' பாணியும் ரங்கராஜுவின் துப்பறியும் பாணியும் கலந்த ஒரு நாவல். அதை நான் படித்திருக்கிறேன். சுவாரஸ்யமான கிராமிய நாவல். அந்தப் புத்தகம் இப்போது எங்குமே இல்லை. அந்த நாவல் பற்றி ராமையாவிடம் ஒரு முறை பிரஸ்தாபித்தபோது அந்தப் பிரஸ்தாபமே பிடிக்காதது போல சமிக்ஞையுடன் அசட்டை செய்துவிட்டார். ஆக, ராமையாவுக்கு மேல்நாட்டுக் கதை இலக்கியம் பரிச்சயம் இல்லாதுபோனாலும் நம் கதை மரபு அவருக்கு ஆழ்ந்து பிடிபட்டிருந்தது. அந்த மரபை புதுசுபடுத்தியவர் ராமையா. பாரதி நம் கவிதை மரபை புதுசுபடுத்திய மாதிரி, தமிழ் தற்காலச் சிறுகதைத் துறைக்கு புதிய விதங்களையும் நானாவித வாழ்க்கை பிரச்னைகளையும் ஏற்றி வைத்துப் புதிய பரிமாணங்களைச் சேர்த்து இருக்கிறவர்களில் ராமையா முதன்மையாக இருப்பவர். அவரது முன்னூறு சிறுகதைகளும் இதை நிரூபிக்கும்.

ராமையாவை அதிகம் பாதித்துள்ள மரபுக்கதைகள் விக்ரமாதித்த வேதாளம் சொன்ன கதைகள். அவரோடு சம்பாஷித்ததில் இதை ஊர்ஜிதம் செய்து கொண்டிருக்கிறேன். வேதாளம் போடும் புதிர்கள் மாதிரிதான் ராமையாவின் சிறுகதைகள் இருக்கும். பெரும்பாலும் புதிர்த்தன்மையானதாக இருப்பது; புதிர்க் கேள்விகள் சிக்கல் உள்ளதாக இருக்கும். இந்தச்

சிக்கல் தோரணையை ராமையாவின் பல கதைகளிலும் காணலாம். ராமையா கதைகளில் இன்னொரு முக்கிய தொனி விபரீத முரண் அணி அம்சம். அரட்டை சுபாவம் தூக்கி நிற்கும் ராமையாவிடம், ‘இவ்வளவு சவுடால் அடிக்கிறாயே... விகடன் சிறுகதைப் போட்டிக்கு ஒரு கதை எழுது பார்ப்போம்’ என்ற பொருள்பட சங்கு சுப்ரமண்யன் சொன்ன வார்த்தைகளின் உறுத்தலாக சவாலை ஏற்று எழுதிய முதல் சிறுகதையான, ‘மலரும் மணமும்’ அவரை சிறுகதையாளனாக ஆக்கியது.

அந்தக் கதை பரிசு பெறவில்லை. ஆறுதல் பரிசுதான் கிடைத்தது. ஆனால் அந்தச் சிறுகதைப் போட்டி மூன்று நீதிபதிகளில் ஒருவரான ஆங்கிலப் பேராசிரியர் கே. சுவாமிநாதன், இந்தச் சிறுகதைக்குத்தான் பரிசு தரவேண்டும் என்ற தன் கருத்தைச் சொன்னதாக அப்போது எனக்குக் கிடைத்த தகவல்கள். ‘ஐரனி’ என்ற விபரீத முரண் அணி அதில் இருப்பதைச் சுட்டிக்காட்டி ஆங்கில நாவலாசிரியர் தாமஸ் ஹார்டியின் எழுத்துப் போக்குக்கு ஒப்பிட்டு எழுதி இருந்தார் அவர். இந்த இலக்கிய உத்தியை ராமையாவைப்போல் தமிழ்ச் சிறுகதைகளில் யாரும் கையாண்டிருப்பதாகத் தெரியவில்லை. அப்போது ராமையாவுக்கு ஐரனி என்பதெல்லாம் தெரியாது. நம் விதியின் வஞ்சனை, விளையாட்டுதான் தெரியும்.

சிறுகதை மணிக்கொடியில் ராமையா எழுதியுள்ள சிறுகதைகள் இவை: புலியின் பெண்டாட்டி (ஆங்கிலத் தழுவல்) பூச்சூட்டல், சித்ரகுப்தன் கணக்கு, சாயவேட்டி, எதிர்க்கட்சி யானைக்கல், சேமநிதி, காமதகனம், உள்ளூர் பம்பரம், குங்குமபரணி, நிஜமாக நடந்தது, கஞ்சிக்கலையம், கார்னிவல், ஆளவந்தான், நினைவுமுகம் மறக்கவில்லை, அனாதாஸ்ரமம்,

குஞ்சிதபாதம், பஞ்சமஸ்தாயி, தொண்டர் நாதன் தூது ஆகியவை. இந்தக் கதைகளை வாசகர்களில் எத்தனை பேர்கள் படித்திருக்கிறார்களோ... இன்றைய வாசகர்கள் பெரும்பாலோர் படித்திருக்க மாட்டார்கள் என்பது எனக்கு நிச்சயம் தெரியும். புத்தகப் பதிப்புகளே வாசகர்களுக்குக் கிடைத்திராதே. முன்பு வந்தவைகூட மறுபதிப்பு பெறவில்லையே... இன்றுவரையில் போகட்டும். இந்தச் சிறுகதைகளில் ராமையாவின் தலைசிறந்த, சிறந்த சிறுகதைகள் இருக்கின்றன. இவற்றை ஆராய்ந்து எழுத ஒரு புத்தகமே தேவைப்படும். இங்கு அது சாத்தியம் இல்லை. இந்தக் கட்டுரை அறிமுகக் கட்டுரையளவுதான். இந்தச் சிறுகதைகளில் எதிர்க்கட்சி, கஞ்சிக்கலையம், கார்னிவல், நினைவுமுகம் மறக்கவில்லை, அனாதாஸ்ரமம், குஞ்சிதபாதம், தொண்டர் நாதன் தூது ஆகியவை மிகச் சிறப்பானவை. மற்றவை நல்ல சிறுகதைகள். கதைகளின் இலக்கியத்தரம் ஒருபுறம் இருக்கட்டும். கதைக்கான விஷயங்கள் ஒவ்வொன்றும் ஒவ்வொரு விதமானவை. மனித சுபாவத்திலும், மனித அனுபவத்திலும், மனித உறவுகளிலும் எத்தனை விதமான போராட்டங்கள், இக்கட்டான நிலைகள் ஏற்படுகிறதோ அவற்றில் அதிகபட்சமானவற்றை அவர் தொட்டிருக்கிறார். பாரதி கவிதைகளில் நவரசங்களையும் கையாண்டிருப்பதுபோல ராமையாவும் சிறுகதைகளில் கையாண்டிருக்கிறார். மேலே குறிப்பிட்ட கதைகளிலேயே அவற்றைக் காணலாம். ஒழுக்கம், மனிதாபிமானம், உளப் போராட்டம், காதல், மணம், கணவன் மனைவி உறவு, வீரம், சீர்திருத்தம், தியாகம், பண்பு, நேர்மை, வஞ்சம், நம்பிக்கை, நம்பிக்கை துரோகம், பழிக்குப்பழி, தர்மசங்கடம் இப்படிப் பல விஷயங்களை அடிப்படையாகக் கொண்டவை.

உத்தி பற்றி மேலும் சில கருத்துகள். சிறுகதைகளை உருவாக்குவதில் உத்திக்கு ஏற்ப கதையின் உருவத்தை அமைப்பது, கதை விஷயத்தைக் கட்டுப்படுத்தி ஒழுங்குபடுத்துவது ஒருவகை. இன்னொரு வகை விஷயத்தை முன்வைத்து அதுக்கு ஏற்ப உத்தியைக் கையாண்டு உருவத்தை அமைப்பது. இந்த இரண்டு விதங்களில், எது தான் சொல்ல விரும்பிய அநுபவ வெளியீட்டுக்கு ஏற்றது, கலை உருவத்தின் அழகுத் தன்மையைக் கொடுப்பது என்பதுதான் படைப்பாளி யின் அக்கறை. எல்லாக் கதை விஷயங்களும் ஒரே பாணி உருவத்திலோ உத்தியிலோ தக்க வெளியீடு பெற்றுவிடாது. அகநோக்குக் கதைகளுக்கு ஒருவித கையாளுதல் தேவைப்படும். புறநோக்குக் கதைகளுக்கு வேறுவிதமாக வர்ணித்தல் வேண்டி இருக்கும். சிலதுக்கு இரண்டும் கலந்து கையாள வேண்டி இருக்கும். சம்பவ அடுக்கு வர்ணனை கதைக்கு ஒருவிதமும் எண்ண அடுக்குக் கதைகளுக்கு வேறுவிதச் சித்தரிப்பும் வேண்டி இருக்கும். நடைபாணியும் மொழிப்பிரயோக மும் வெவ்வேறு விதமாகவும் இருக்கக்கூடும். இதில் குளறுபடி ஏற்பட்டால் கதை உருவம் திரளாது. கதை எழுதப்படும்போது படைப்பு மனம் இவற்றைத் தேர்ந்து எடுத்துக்கொண்டே இருக்கும். அதோடு விஷயத்தைச் சுத்தப்படுத்திக் கொண்டும் போகும். எதெதைத் தேர்ந்து எடுப்பது, எதெதை ஒதுக்குவது என்ற சுத்திகரிப்பு வேலை படைப்பு உள்ளத்தில் சிலந்தி வலைப் பின்னல் போல சுறுசுறுப்புடன் சுழன்றுகொண்டே இருக்கும்.

ராமையாவின் சிறுகதைப் பின்னல் முறை இந்த ரீதியானது. இதை நாம் உணர்ந்துகொண்டால்தான் ராமையா கதைகளை ரசிக்கவும் மதிப்பிடவும் சாத்தியமாகும். இந்த உருவம் உத்தி இரண்டையும்

பற்றிப் பேசும்போது எந்த வாசகனும் இவற்றை மனதில் முன்கூட்டி நினைத்துக்கொண்டு சிறுகதையை அணுகுவதில்லை. அவன் ஒரு கதையைப் படித்து முடிக்கவும் அந்தக் கதையின் ஒன்றிப்பு (யூனிடி) சரியாக அமைந்திருப்பதற்கான உணர்வு ஏற்பட்டுவிட்டால் உத்தியும் உருவமும் சரிவர அமைந்திருப்பதாகக் கொண்டுவிடலாம். அந்த உணர்வு ஏற்படாவிட்டால், ஏதோ பிசிறுதட்டுவது போலத் தோன்றினால், கதையின் கட்டமைப்புக்கு சிதிலம் அதாவது சீர்குலைவு ஏற்பட்டு அது விடுவிப்பு நிறைவேற்றம் *(denouement fulfillment)* பெறாமல் போய்விட்டதாகவும், உருவம் சரியாக அமையவில்லை, உத்தி சரியாகத் தேர்ந்தெடுக்கப்படாததால் ஏற்பட்ட விளைவு என்பதும் தெளிவாகிவிடும். கதையம்சம், உருவம், உத்தி ஆகிய மூன்றும் முப்புரி நூல் பின்னல் ஆகும். ஒன்றுக்கொன்று பரஸ்பர சம்பந்தம் உள்ளவை - ஒன்றால் மற்றொன்று பாதிக்கப்படுவது மட்டுமின்றி உப்பு, புளி, மிளகாய் மூன்றின் கலவைதான் ரசத்துக்குச் சுவை ஏற்றுவது போல, ஒரு படைப்புருவம் இந்த மூன்றின் ஒத்திசைவால்தான் மதிப்புத் (வேல்யூ) தன்மை பெறும்.

இதை எப்படிப் பகுத்தறிவது என்ற கேள்வி எழும். சிறுகதைக்கு தொல்காப்பிய இலக்கண நூல் எதுவும் இன்றுவரை உலக இலக்கிய அளவிலே கூட முற்றாக நிர்ணயிக்கப்படவில்லை. நிர்ணயிக்கவும் முடியாது. தமிழ்க் கவிதை மரபில் ஒழிபியல் பின் ஒழிபியலாகச் சேர்ந்துகொண்டே வந்திருப்பது நமக்குத் தெரிந்த விஷயம். இன்றுகூட புதுக்கவிதை அத்தனை ஒழிபியல்களுக்கு அப்பாலும் புதுவித ஒழிபியலைச் சேர்த்துக்கொண்டிருக்கிறதும் நமக்குத்

தெரியும். இரண்டாயிரம் அல்லது அதுக்கு மேற்பட்ட காலத்து நமது கவிதைத் துறைக்கே இப்படி ஏற்பட்டிருக்கிறபோது மேல் நாட்டிலேயே சுமார் நூற்றைம்பது ஆண்டு வயதுள்ள சிறுகதைத் துறைக்கோ, ஐம்பதாண்டு நிறைவேறிக்கொண்டிருக்கும் நம் தமிழ்ச் சிறுகதைத் துறைக்கோ இலக்கண விதி நிர்ணயம் எப்படி சாத்யமாகும்? அடிப்படையான சில பொது நியதிகளைத்தான் நிர்ணயித்துக்கொள்ளலாமே தவிர, விவரணங்களைத் திட்டவட்டமாக முடிவு கட்டிவிடமுடியாது. இந்த இருபதாம் நூற்றாண்டில் உலகம் எங்கும் பல்வேறு துறைகளில் பலவிதமான சாதனைகளின் விளைவாக ஏற்பட்ட அறிவுத்தாக்கம் காரணமாக புதுப்புதுப் பார்வைகள் மலிந்து இருக்கிற காலகட்டத்தில் பொதுவான நிலையான அளவுகோலைத் தேர்ந்தெடுத்து இலக்கியப் படைப்புகளை அணுகுவது என்பதோ அல்லது தற்கால இலக்கிய படைப்புகள் சிலதை முன்வைத்து பொதுவான, நிலையான அளவுகோலை நிர்ணயிப்பது என்பதோ சாத்யமான காரியம் இல்லை. இந்தவிதக் கருத்தை வைத்துத்தான் உங்கள் அளவுகோல்களை என் கதைகள் கிட்ட கொண்டு வராதீர்கள் என்று முப்பதுகள் கால சிறுகதைத் துறை சோதனை முயற்சிக்காரர்களில் ஒருவரான புதுமைப்பித்தன் குறிப்பிட்டிருக்கிறார் என்று நம்புகிறேன். ராமையாவும் இதே கருத்தை வேறு வார்த்தைகளில் சொல்லி இருக்கிறார்.

இந்த இரண்டு முதல் வரிசை சிறுகதை படைப்பாளிகளும் தாங்கள் செய்யும் முயற்சி புதிது என்பதை உணர்ந்தவர்கள். இந்தப் புது முயற்சிகளை உணராமலும் பழய சுவட்டிலேயே இலக்கிய ரசனை நடைபோட்டுக்கொண்டும் இருக்கும் முப்பதுகள் கால

மரபு இலக்கிய தமிழ் பாண்டித்ய வாசகக் கூட்டத்துக்கு விதித்த ஒரு எச்சரிக்கை அது. இலக்கியத்தில் புதிய துறைகள், பழைய துறையில் புதுவித பாணிகள் மலரும்போது அவற்றை 'எக்ஸ்பெரிமெண்டல்' அதாவது சோதனை முயற்சிகள் என்பதை நினைவில் கொண்டு பார்க்கவேண்டும். சோதனை முயற்சிகள் இரண்டுவிதம். ஒரு புதிய பிரிவைச் சேர்க்கும் முயற்சிகள், அந்தப் பிரிவு வளர்ச்சி அடைந்து வளம் பெருகிய பின் அந்தப் பிரிவுக்குள்ளேயே புதுவிதமான படைப்புத் தோரணைகளை, போக்குகளை, பாணிகளைக் கையாண்டு புதிய பரிமாணங்களைச் சேர்க்கும் சோதனை முயற்சிகள் என இரண்டாகும். ராமையா மட்டுமில்லை; மணிக்கொடி கோஷ்டி எல்லோருக்குமே சிறுகதைத் துறை ஒரு சோதனை முயற்சி. ஏதோ ஒருவித உருவம் அதுக்குத் தேவை என்பதை உணர்ந்தவர்களே. இவர்கள் மேல் நாட்டுச் சிறுகதைகளை நிறையப் படித்திருந்தாலும் தமிழ் இலக்கியத்துக்குப் புதிதாகச் சேரும் இந்தப் பிரிவுக்கு இன்னவிதமான திட்டவட்ட உருவம்கொண்டிருக்க வேண்டும் என்றோ அதுக்கு இத்தகைய இலக்கண விதிமுறைகள் கையாளப்படவேண்டும் என்றோ ஷரத்துக்களை நிர்ணயித்துக்கொண்டவர்கள் அல்ல. மணிக்கொடியில் வெளிவந்த அத்தனை சிறுகதைகளையும் மொத்தமாகப் பார்த்தால் உருவத்தை சரிப்படுத்த எவ்வளவு முயற்சிசெய்யப்பட்டிருக்கிறது, எதெதில் வெற்றி, எதெதில் குறை என்பதை நாமே உணரலாம். மணிக்கொடியில் வந்த எல்லாச் சிறுகதைகளும் சிறப்பாக அமைந்தவை என்று சொல்லத் துணியமாட்டேன். ஒரு கதையாளருடைய அத்தனை சிறுகதைகளும் சொக்கத்தங்கம் என்றும் மகிழ்ந்துவிடவும் மாட்டேன்.

தாம் படித்த மேல்நாட்டுச் சிறுகதைகளைச் சென்ற நூற்றாண்டு எட்கார் அல்லன்போ முதல் முப்பதுகள் கால வில்லியம் ஸரோயன் வரை படித்திருந்த இவர்கள், தாங்கள் ரசித்ததில் அவற்றின் அமைப்பு விதங்களை மனதில் வாங்கிக்கொண்டவர்கள். வில்லியம் ஸரோயன் சிறுகதைகள் சில தக்க உருவ நிறைவேற்றம் கொண்டவைதானா என்றுகூட எங்களுக்குள்ளும் எங்களிடையேயும் கேள்விகள் கேட்டுக்கொண்டு ஆராய்ந்ததுண்டு. சிறுகதை லட்சண நிர்ணய ஆராய்ச்சி புத்தகங்கள் இப்போது போல, அப்போது அதிகம் எழுதப்படவில்லை. எழுதப்பட்டவையும் எங்கள் கைக்கு அன்று எட்டவில்லை. எங்கள் ரசனை சாத்யத்தை வைத்துக்கொண்டுதான் ஆராய்ந்தோம். எங்கள் கதைகளையே நாங்கள் பரஸ்பரம் மதிப்பிட்டு நிறைகுறைகளை ஆராய்ந்ததுண்டு. ஒவ்வொரு கதை பற்றியும் நிறைய பேசி வாதித்திருக்கிறோம். சொல்லப்போனால் மணிக்கொடி சிறுகதையாளர்களுக்கு அவர்களே விமர்சகர்கள். மணிக்கொடியில் பல சிறுகதைகள் வந்த பின்தான் அதில் எழுதிய புதுமைப்பித்தன், சுந்தரராஜன், சிதம்பர சுப்ரமண்யன், கு.ப.ரா, சுந்தா இன்னும் சிலர் சிறுகதை குணங்கள் பற்றி மேலோட்டமான சில கருத்துகளைக் கொண்ட குட்டிக் கட்டுரைகள் சிலதை எழுதினார்கள். அதிலேகூட கருத்து வேறுபாடுகள் இருந்தன. இன்றைய பார்வையிலிருந்து அவை ஆரம்பமான (எலிமெண்டரி) கருத்துகளாகவே படுகிறது. இருந்தாலும் சிறுகதையின் அடிப்படை குணாம்சத்தை அவர்கள் உணர்ந்திருப்பது தெரிகிறது.

ராமையாவின் சிறுகதைகளின் எடுப்பு ஒவ்வொரு விதமான உத்தி கையாளப்பட்டு ஆரம்பிக்கும். ‘மலரும்

மணமும்' முதல் கதையே உதாரணம். உச்சகட்டங்கள் விடுவிடுப்பு அதாவது நாடகத் தன்மையான முடிவு இவையும் பலவிதமாக இருக்கும். ராமையாவின் மணிக்கொடி கதைகளில் குறிப்பானவற்றை மேலே குறிப்பிட்டிருக்கிறேன். அவற்றில் மணிக்கொடிக்கு முன் அவர் எழுதிய கதைகளிலிருந்து வளர்ந்து தேர்ந்துள்ள கையைக் காணமுடிகிறது. அவரது படைப்பு உலகமும் விரிகிறது. அவரது வர்ணனைப் பாங்கு திறன்கூடியதாக இருப்பது தெரிகிறது. நானாவித வாழ்க்கைச் சிக்கல் அம்சங்கள் அவரது கதையம்ச பிரச்னைகளாக ஆகின்றன. ஒரு லட்சியம் கலந்த நிஜவாழ்வியல் பார்வை அவருடையது. (ஐடியலிஸ்டிக் ரியலிஸம்) கதாபாத்திரங்களின் மனவோட்டத்தின் நுட்பமான தன்மைகள், தகவல்கள் வெளிப்படுத்தப்படுகின்றன. பலவித வாழ்வு நிலைகளில், இக்கட்டான சந்தர்ப்பங்களில், தொல்லை, சிக்கல் அவஸ்தைகளில் மாட்டிக்கொண்ட கதாபாத்திரங்கள் அவற்றைச் சமாளிக்க, தம் ஆளுமையைக் காப்பாற்றிக்கொள்ள முயன்றும், போராடியும் வெற்றியும் தோல்வியும் பெற்றும் அனுபவித்து இன்ப துன்ப விளைவுகளுக்கு உள்ளாவதைக் காண்கிறோம். அவரது நடையும் வர்ணனை தோரணைக்கு ஏற்ப அமைந்திருக்கிறது. ராமையா தன் நடைபாணி சம்பந்தமாக புதுமைப்பித்தன், லா. ச. ராமாம்ருதம், என்னைப்போல விசேஷ தனித்த கவனம் காட்டியவர் அல்ல. சுதாவான நடைப்பாங்கு, கல்கியின் நடைபோல் நீரோட்ட ரீதியானது.

ராமையாவின் சிறுகதைகள் பற்றி முதன்மையான ஒரு விஷயத்தைப் பார்ப்போம். அதுதான் கதையம்சம். அவர் சிறுகதைகளில் கனமான கதையம்சம் இருக்கும், மணிக்கொடிக்காரர்களில் அவர் அளவுக்கு கனம் ஏற்றியவர்கள் யாருமே இல்லை. பிச்சமூர்த்தி.

சிட்டி சுந்தரராஜன். சிதம்பரசுப்ரமண்யன். கு. ப. ராஜகோபாலன் ஆகியோருடன் சம்பாஷணையில் இந்தத் தன்மையைப் பற்றிப் பேசி இருக்கிறேன். ராமையா மாதிரி கதைக் கனம் கொடுக்க முடியாது என்பது எங்களிடையே ஒருமித்த கருத்து. இங்கே ஒரு முக்கியமான பிரஸ்தாபம் தேவைப்படுகிறது. இப்படி கதையம்ச கனம் அதிகமாக இருப்பதாலேயே ராமையாவின் சிறுகதைக்குத் தேவையான அளவுக்கு மீறியவை, அதன் விளைவாக சிறுகதை கட்டுக்கோப்புக்கு அப்பாற்பட்டவை என்ற ஒரு கருத்து ஒரு சில இலக்கிய அபிப்ராயக்காரர்களால் வெளியிடப்பட்டிருக்கிறது. இந்தக் கணிப்பு தவறானது. சிறுகதை பற்றிப் போதிய விஷய அறிவு இல்லாததன் விளைவு இது. இதுபற்றி விவரமாக ராமையா சிறுகதைகள் பற்றி எழுதும்போது நான் ஆராய இருக்கிறேன். ஆனாலும் - சிறுகதையின் அளவு விஷயகனத்தை வைத்து அல்ல; கால நீட்சியை வைத்தும் அல்ல. எவ்வளவு கனம் இருந்தாலும் கால நீட்சி இருந்தாலும் ஒன்றிப்பு, ஒருமிப்பு (யூனிடி) அதாவது காலம் இடம் செயல் மூன்றும் ஒரு மையக் கருத்து ஊசி முனையிலே கலவையாகி ஒரு கூர்முனைப்புள்ளி அளவு உருவம் அமைந்து இருக்கும். அப்போது காலமும் இடமும் சம்பவமும் அழிந்துபோய் செயலின் உச்சக்கட்டம் அந்தப் புள்ளி முனையில் விஸ்வரூபமாகத் தோற்றம் கொண்டு ஒரு ‘விசேஷ அர்த்தம்’ (சிக்னிபிகன்ஸ்) அதாவது தனிக்குறிப்பு வாய்ந்த பொருளை, அனுபவத்தை, உண்மையை நமக்கு உற்றறிவித்து நிற்கும். இந்த உணர்த்தல் நிறைவேற்றம் ஏற்பட்டுவிட்டால், நாம் காணமுடிந்து விட்டால், அந்தச் சிறுகதை வெற்றி பெற்றதாகிவிடும். எனவே ராமையா சிறுகதைகளின் சம்பவ கனத் தன்மையை வைத்துப் பார்ப்பதைவிட

அந்தக் கனத்தால் ஏற்பட்ட அனுபவ விளைவின் தனிக் குறிப்பான அனுபவ உணர்த்தலை வைத்துப் பார்ப்பதுதான் விவேகமானதாகும். குருவியின் தலையில் பனங்காயை வைப்பதல்ல ராமையாவின் சிறுகதை கனம் ஏற்றல். கொத்திக் கொத்திக் கொண்டுவந்து குருவி கட்டும் கூட்டின் அமைப்புக்குத் தேவையான கனத்துக்குத் தகுந்த கட்டுமானப் பொருள் அளவுதான்.

சிறுகதைக்கு கதையம்ச அளவு கேள்விக்குறியானால் கதையம்சம் இல்லாமையே சிறுகதைக்கு இலக்கணம் ஆகிவிடும் என்ற அறக்கோடி முடிவுக்குப் போய்விடக்கூடிய ஆபத்து இருக்கிறது. பிறகு கருத்துக் குறிப்பு கட்டுரைகளுக்கும் (ஸ்கெட்ச்) சிறுகதைக்கும் இடையே உள்ள எல்லைக்கோடு அழிந்துவிடும். ஆங்கில அகராதியில் உள்ள கீழ்க்கண்ட விளக்கம் ஆங்கிலத்திலேயே தருகிறேன்.

'A short literary composition some what resembling the short story and the essay but intentionally slight in treatment discursive in style. And familiar in tone.' இந்த வித்யாசத்தைத் தெளிவாக அன்றே உணர்ந்தவர்கள் வ.ரா வும், பிச்சமூர்த்தியும். அவர்கள் இருவரும் ஒன்றுக்கு மேற்பட்ட புதிய உருவங்களைக் கையாண்டவர்கள். மேலே குறிப்பிட்ட அகராதி அர்த்தத்துக்கு ஏற்ப வ.ரா. எழுதிய 'நடைச் சித்திரங்கள்' உதாரணம். பிச்சமூர்த்தியின் 'மன நிழல்கள்', 'அலைகள்' உதாரணம். அவற்றைப் படித்தவர்கள் உணர்ந்திருக்கக்கூடும். ஆகவே கதையம்சம் சிறுகதையில் தன் மூப்பான வரையறை நிர்ணயத்துக்கு உள்ளாகிவிடக்கூடாது. இப்படிச் சொல்வதால் சிறுகதையில் கதையம்சம் வண்டி மாடு படுக்கும் அளவுக்கு பாரம் ஏற்றப்பட்ட வண்டிச் சரக்காகவும் ஆகிவிடக்கூடாது. சிறுகதையாளனுக்கு

நிதானிப்பு, பகுத்தறிதல், ஊகம், மனக்கூர்மை ஆகிய குணங்கள் இருந்தால்தான் இந்த வித்யாசம் உணர்தல் சாத்யமாகும். எனவே சிறுகதைக்குக் கதையம்சம் முதன்மையானது என்பதை ஏற்றுக்கொண்டு அது அந்தச் சிறுகதை உருவத்துக்கு மீறியதா அடங்கியதா குறைவானதா என்று பார்க்க முற்படவேண்டும். சிறந்த லட்சணங்கள் அமைந்த பல சிறுகதைகளை ஆழ்ந்து படித்து அனுபவம் பெற்ற ஒரு விதரணையான வாசகர் இதை உணரமுடியும். ராமையாவின் முன்னூறு சிறுகதைகளையும் ஐந்தாறு தடவைகள் ஆழ்ந்து படித்திருப்பதை வைத்தும் மேல்நாட்டு நானாவித சிறுகதைகளையும் நிறைய படித்துள்ள அநுபவத்திலிருந்தும் எனக்குச் சொல்லத் தோன்றுவது பொதுவாக ராமையாவின் சிறுகதைகள் 'அச்சாவான' சிறுகதைகள் என்பதுதான். விதிவிலக்குகள் இருப்பதும் எனக்குத் தெரியும். எந்த ஒரு மகா எழுத்தாளனிடமும் இது காணப்படுவதுதான்.

சிறுகதைக்கு சம்பவங்கள், எண்ணங்கள் என்ற இரண்டு கண் அம்சங்கள் உண்டு. சம்பவங்களால் கதை பின்னுவது ஒரு வகை உத்தி. எண்ணங்களால் பின்னுவது வேறு வகை உத்தி. இந்த இரண்டும் இழைய கலவை போடுவது மூன்றாம் உத்தி. இந்த மூன்று முறைகளையும் விசேஷமாகக் கையாளுபவர்களை மூன்றுவிதச் சிறுகதையாளர்களாகப் பிரிக்கலாம். ஒரே சிறுகதையாளர் மூன்றுவிதங்களையுமே கையாண்டிருப்பதும் உண்டு. இவற்றில் ஒன்றை படைப்பாளன் தேர்ந்தெடுப்பது கதாநுபவ வெளியீடு நிறைவேற்றத்துக்கு உகந்தது எது என்பதைப் பொறுத்தது. படைப்பாளியின் உத்தேசத்துக்கு ஏற்ப உருவ உத்திகள் வளைந்து கொடுக்கும் அல்லது படைப்பாளி வளைத்துக்

கொள்வான். படைப்புசெய்கிரமம் (கிரியேடிவ் பிராஸஸ்) அல்லது ஒழுங்கு ஏற்பாடு படைப்பாளியின் உள்ளுணர்வாக எழுந்து செயல்படுவது. அவனுக்கே செய்வது தெரியாமலே செயல்பட்டு அமைவதும் உண்டு. ராமையாவின் கிரியேடிங் பிராஸஸ் தனிவிதமானது. அவர் சிறுகதைகளில் உண்டாக்கப்படும் சிக்கல்களும் அவிழ்க்கப்படும் முடிச்சுகளும் விதவிதமாக இருப்பதுடன் நம் மனதில் எண்ணிப் பார்க்க முடியாததாகக் கூட இருக்கிறது. அவர் அவ்வளவு பூடகமான போராட்ட விவகார, மோதலான, முரணான, நிலைகளை எல்லாம் கதைகளில் ஏற்றி இருக்கிறார். அவர் கதைகளின் முடிவை, முடிப்பை முன்கூட்டியே யூகம் செய்து, வருவது உரைத்தல் அநேக சமயங்களில் சாத்தியமாகாது. அவர் கையாண்டுள்ள 'விபரீத முரண்' அணி உத்தி அவருக்கு இது சம்பந்தமாக உதவியுள்ளது. ராமையா மணிக்கொடிக்குப் பின் பல வருஷங்கள் கழித்து, குங்குமப் பொட்டு குமாரசாமி கதைகள் என்று துப்பறியும் சிறுகதைகள் எழுதி இருக்கிறார். இவை 'டிடக்டிவ்' என்ற அர்த்தத்தில் கொலை, திருட்டு, மோசடி, முதலிய குற்றங்கள் சம்பந்தமானவை. அவை பற்றி இங்கே பேசவில்லை. அந்த அர்த்தத்தில் 'துப்பு' என்று சொல்ல வரவில்லை. ராமையா கதைகளில் முடிவு, கதை உச்சநிலை நிகழ்ச்சியை அனுமானிக்கத் துப்பு கிடைக்க முடியாதபடி கதைப்போக்கு சாமர்த்தியமாக அமைக்கப்பட்டிருக்கும். இங்கே துப்புத் துலங்கல் என்பது கதாபாத்திரங்களிடையே உள்ள உறவில் ஏற்பட இருக்கும் இறுதி விடுவிப்பு சம்பந்தமாகத்தான். கதையின் முத்தாய்ப்பைக் குறிப்பிடுகிறேன். இது அவர் கதைகளைப் படித்து முடித்தபோதுதான் வெடித்துத் தெறிக்கும். ராமையாவின் கதை முடிவுகள் டிரமடிக்காக இருக்கும். இந்த இங்கிலீஷ் சொல்லுக்கு

தக்க தமிழ்ச் சொல் இப்போதைக்கு சட்டெனச் சொல்லத் தெரியவில்லை. அந்தச் சொல்லுக்கு நாடகம் சம்பந்தமாக ஒரு அர்த்தமும் இலக்கியம் சம்பந்தமாக ஒரு அர்த்தமும் உண்டு. இலக்கியம் சம்பந்தமாக *'Speech or action having the power of deeply stirring the imagination or the emotions'* என்ற அகராதி அர்த்தத்தில்தான் குறிப்பிடுகிறேன். ஒரு கதையைப் படித்ததும் நமது கற்பனையையோ உணர்ச்சியையோ ஆழமாக, தீர்க்கமாக நமக்குள் எழுப்பி நம்மை உருக்கியும் உலுக்கியும் விடக்கூடிய சக்தி கொண்ட பேச்சு அல்லது செயல் தன்மை வாய்ந்தனவாக இருக்கும். அதிர்ச்சி, திகைப்பு, பிரமிப்பு, எதிர்பாராத முரண் விளைவு (இன்பமோ துன்பமோ) முதலிய பயன்களை நமக்குள் விளைவிக்கும்படியான தீவிர, உக்ரமான நிகழ்ச்சி, சம்பவம், கடுமையான எண்ணத்தின் விளைவாக வெளிவரும் கடூரமான வார்த்தை ஆகியவை மூலம் நம்மை நடுக்கிவிடும் தன்மையானது என்று கொள்ளலாம். ராமையா கதை முடிவுகள் அப்படி என்னைத் திடுக்கிட வைத்திருக்கின்றன. (ராமையா பிற்காலத்தில் நாடகங்கள் எழுதினார். நாடக இயலுக்கு உரிய அம்சங்களையும் அவர் சிறப்பாக அவற்றில் கையாண்டிருக்கிறார்.)

ராமையா என்னிடம் ஒரு சமயம் கூறி இருக்கிறார், தன் கதைகள் தன்னை இட்டுச் செல்லும் என்று. இது ஒரு குறிப்பிடத்தக்க ஆதாரம். நமக்கு, கதையின் உருவம், உத்தி சம்பந்தமாக இதன் உள்ளர்த்தம் சரியான விஷயம் சரியான உருவத்துக்கு வழிவைக்கும் என்பதுதான். எனவே ராமையாவின் கதை உருவங்கள் அவரது கதையம்சத்தையும் அழுத்தத்தையும் பொறுத்து அமைந்தவை, தவிரவும் ஏற்கெனவே

சொல்லி இருப்பதுபோல 'விக்கிரமாதித்த வேதாளம் சொல்லும் பாணி புதிர்' கதைகளுக்கு கதைக்கனம் இருந்தே தீரவேண்டும். ராமையா கதைகளின் விசேஷத் தன்மைகள் இன்னும் பல இருக்கின்றன. பெரியதொரு மதிப்பீட்டு நூலுக்கு அவை தேவைப்படும்.

முடிவாக, ராமையா மனிதனில் நம்பிக்கை வைத்தவர். அவன் கால் இடறி சரிவதை அவர் மறுக்கவில்லை. ஆனால் சரிந்தவன் மீண்டும் நிமிர்வான் என்ற 'ஆப்டிமிஸ்ட்'. அவன் அழிந்துபோனவன் இனி மீட்சி பெற இயலாதவன் என்ற 'ஸினிக்' கும் அல்ல. இழந்ததைத் திரும்பப் பெறமுடியும் என்ற திடக்கொள்கைவாதி. ராமையா ஒரு தேசியவாதி, காந்தியவாதி, சத்யாக்ரகியும் கூட. அவர் கதைகளில் காந்தியம், தியாகம், மனிதாபிமானம், சமூகநீதி முதலிய பல அம்சங்கள் தொனிப்பொருளாக இருக்கும். ஆக நம் தற்கால ஐம்பதாண்டு சிறுகதை மலர்ச்சித் துறையில் ராமையாவின் பங்கு கணிசமானது. மகோன்னதமானது, தனிச் சிறப்பானது.

இன்றைக்கு ஐம்பத்தி மூன்று ஆண்டுகளுக்கு முன் 'ஆனந்த விகடன்' பரிசைப் பெறத் தவறிய 'மலரும் மணமும்' சிறுகதையைப் பாராட்டி அந்தப் பரிசுப்போட்டி நடுவர் மூவரில் ஒருவரான ஆங்கிலப் பேராசிரியர் கே. சுவாமிநாதன் ராமையா கதையைப் பிரபல ஆங்கில நாவலாசிரியர் தாமஸ் ஹார்டி எழுத்துப் போக்குடன் ஒப்பிட்டும், 'இவரைப்போல் கதை எழுதுபவர்கள் மேல்நாட்டிலும் வெகு சிலரே' என்றும் எழுதிய வாக்கியம் இன்று என் நினைவுக்கு வருகிறது. எவ்வளவு சரியாக அன்றே அந்த முதல் சிறுகதையிலேயே கணித்துவிட்டார் அவர்! அவரது வாக்யத்தைப் பொய்யாக்கவில்லை ராமையா.

பேராசிரியர் கூறியதை ஒட்டி, உலகச் சிறுகதையாளர் முன்வரிசைப் பட்டியலும் முன்வரிசைக் கதைகள் தொகுப்பும் என்றாவது தயாரிக்கப்படுமானால் ராமையாவின் பெயரும் ராமையாவின் தலைசிறந்த சிறுகதையும் அதில் இடம்பெறும் என்று சேர்க்கிறேன்.

ந. பிச்சமூர்த்தி

1933ல் ஆனந்தவிகடன் பத்திரிகை சிறுகதை பரிசுப் போட்டி வைத்தது போல, 'கலைமகள்' பத்திரிகையும் ஒரு போட்டி நடத்தியது. அதில் பரிசு பெற்ற 'முள்ளும் ரோஜாவும்' என்ற சிறுகதை மூலம் வெளித்தெரிய வந்தவர் பிச்சமூர்த்தி. அதுக்கு முன்பே அவர் சுதேசமித்திரன் வாரப் பதிப்பில் ஓரிரு சிறுகதைகள் எழுதி இருக்கிறார். 'கலைமகள்' பரிசு பெற்ற பின் அதில் தொடர்ந்து கதைகள் எழுதியதுடன் வார மணிக்கொடி, வார சுதந்திரச்சங்கு, தினமணி ஆண்டு மலர் இவற்றிலும் 1934ல் கதைகள் எழுதி வந்தார். இந்த நான்கு பத்திரிகைகளில் அவர் எழுதியுள்ள சிறுகதைகள் சுமார் இருபத்தைந்து இருக்கும். திட்டமாகத் தெரிய வாய்ப்பில்லை. 'மாதமிருமுறை' சிறுகதை, 'மணிக்கொடி' யில் அதன் முதல் இதழில் 'பரீட்சைதாண்டி' என்ற சிறுகதையுடன் ஆரம்பித்து அதன் மூன்றாண்டுக் காலத்தில் பதின்மூன்று எழுதி இருக்கிறார்.

பிச்சமூர்த்தியின் கைத்திறன் விசேஷம், அவர் சிறுகதைத் துறையில் 1932ல் ஈடுபடும்போதே ஒரு தேர்ச்சி

அதில் காணப்படுவதுதான். பிச்சமூர்த்தியின் ஆரம்ப சிறுகதைகள் கூட பிசிர் தட்டாதவை. கச்சிதமான உருவ அமைப்பும் ஆழ்ந்த கதைக் கருக்களும் கொண்டவை. அவரது மொத்தச் சிறுகதைகள் நூற்றிப்பத்தையும் இன்று படிக்கிறபோது கூட சேதாரம் அபூர்வமாகத்தான் இருப்பதாகப்படுகிறது. இவ்விதம் கதைகள் எழுதி இருப்பவர்கள் அபூர்வம். அவரது ஆரம்பகால சிறுகதைகளில் கூட சிறந்த நல்ல சிறுகதைகளைக் காணமுடிகிறது. 'கலைமகள்' பத்திரிகையில் முப்பதுகளில் வெளிவந்தவைகளில் முள்ளும் ரோஜாவும், மோஹினி, மீனலோசனி ஆகியவை குறிப்பிடத்தக்கவை. சுதேசமித்திரன் வாரப்பதிப்பு சிறுகதைகளில், 'ஆராய்ச்சி'யும் அதே போல. சுதந்திரச்சங்குவில் 'பாப்பாச் சாமியார்,' 'பழிக்குப்பழி' குறிப்பிடலாம். மணிக்கொடி வாரப் பதிப்பில் 'புருஷன் மாற்றின கதை', 'விஞ்ஞானத்துக்கு பலி, தினமணி ஆண்டு மலர் சிறுகதை, 'நாகூர் ஆண்டவர்' ஆகியவையும் கூட. இந்த ஆரம்ப சிறுகதைகளிலேயே அவருடைய முதிர்ந்த அனுபவம் தெரிகிறது. கதைகளில் தத்துவ கனம், உணர்ச்சி அழுத்தம், கவித்வ வர்ணனைப் பாங்கு, படிம நயம், சொற்செட்டு, விவகாரமான சம்பாஷணை, நறுக்குத் தெறித்தது போன்ற வாக்கியங்கள், கதைகளில் விறுவிறுப்பு இத்யாதி உயர்ந்து காண்கின்றன. பிச்சமூர்த்தி ஒரு வக்கீல் என்பதை அவரது கதைப்படைப்புகளுடன் சேர்த்துப் பார்க்கிறபோது சொல்லும் விஷயத்துக்குத் தக்க அளவோடு கருத்து வெளியீடு, அந்தக் கருத்துக்கு ஏற்ற அர்த்தபுஷ்டியான குறைந்தபட்ச சொல்கோப்பு, தர்க்கதோரணை வெகு நயமாகக் காண்கிறது.

அவர் கதைகளில் ஒரு குறிப்பிட்ட சந்தர்ப்ப நிலை (ஸிச்சுவேஷன்) நவரசங்களில் எந்தச் சுவை

ரகத்தானாலும் சரி போஷாக்கானதாக சித்தரிப்பு கொண்டு விடுகிறது. அவர் கதைகளில் அள்ளி இறைக்கப்பட்டிருக்கும் நடப்பியல் பாங்கான உவமைகள் கதாபாத்திரங்களில் மனம், இருதயம் இவற்றின் ஓட்டங்களை நம் முன் சித்திரம் எழுப்புகின்றன. சிறுகதைகளில் வேறு யாரும் அவர் அளவுக்கு படிமப் பிரயோகம் அவரது நடைபாணிக்கு பொருள் ஆழமும் தொனி நயமும் பயன்படுத்தப்பட்டிருப்பதுபோல் கையாளவில்லை.

அவர் தலைசிறந்த சொல்சிற்பி (*Craftsman*). அவரது வாக்கியங்கள் படுகனம் வாய்ந்தவை. நிறைந்த தூலப் பொருள் பளுவையும், சூக்குமப் பொருள் தொனிப் பொருள்களையும் சுமந்து தொடர்பவை. தன் படைப்பு வாழ்க்கையில் பிச்சமூர்த்தி ஆரம்பத்திலேயே இந்த சாதனை காட்டி இருப்பது இயல்பானதாக அமைந்ததா அல்லது ஒரு சம்பூர்ண தேர்ச்சி நிலையை எட்டும் வரையில் உழைத்து உழைத்து வந்ததா என்று கேட்டுக் கொள்கிறேன். தன் ஆரம்பகால, அக்காலத்தில் பிறந்த, முதிராத படைப்புகளைப் பேட்டி என்ற கவிதையில் எழுதி இருப்பதுபோல, நகல்களை அசலாக்கி, ஆயக்கோலாக்கி, இல்லை உரமாக்கி இல்லை பரிணாமப் படியாக்கி, உண்மையில் அதுவும் இல்லை. உண்மையில் மெய்யைச் சொன்னால், நகல்களைக் கிழித்துத் தரையில் எச்சம் போல் போட்டுவிட்டாரா? மேலும் அந்தக் கவிதையிலேயே ‘அவலமாய், அறுதல் நாராய் ஆறு இருந்தென்ன இல்லாதென்ன, நகல் குறைந்தால், அசல் வலுக்கும்; மலர் கழித்தால் கிளை வலுக்கும்’ என்றபடி சுயவிமர்சனம் செய்துகொண்டு தன் துலாக்கோலுக்குச் சரியாக இல்லாததென ஒதுக்கி விட்டாரா? இந்தக் கேள்விக்குப் பதில் சொல்ல எனக்கு ஒரு நிகழ்ச்சி உதவுகிறது.

ஆனந்த விகடன் பத்திரிகையில் முதல் நாவல் போட்டி வைத்திருந்தார்கள். ஆண்டு நினைவில் இல்லை. 'குகப்ரியை' எழுதிய ஒரு நாவலுக்குப் பரிசு கிடைத்ததாக ஞாபகம். பிச்சமூர்த்தி அனுப்பியிருந்த நாவல் மூன்றாவது இடத்தைப் பெற்றது. அந்த நாவலை நான் பிறகு படித்தேன். சுமாராகத்தான் இருந்ததாகப் பட்டது. ஆனால், பிச்சமூர்த்தி அதுக்குப் பிறகு அந்த நாவலை என்ன செய்தார் என்று இதுவரை தெரியாது. ஒரு தடவை கேட்டபோது அதைப் பற்றிப் பேச விரும்பவில்லை. அவர் காலமான பின் அவரது கைப்பிரதிகளிடையேயும் காணப்படவில்லை. தனக்குப்பின் அது பிரசுரிக்கப்படக்கூடும் என்று யூகித்து அதை அழித்துவிட்டார் என்று நான் நினைக்கிறேன். நான் முன்பு ஒரு தடவை குறிப்பிட்டிருக்கிறேன். மணிக்கொடிக்காரர்களுக்கு அவர்களே விமர்சகர்கள் என்று. பிச்சமூர்த்தி தனக்கே இவ்வளவு கடும் மதிப்பீடு செய்து கொண்டவர் எனப்படுகிறது. ஏன் அவருடைய கவிதைகளை நான் வெளியிட முற்பட்ட போதும் கூட ஒன்றிரு கவிதைகளை வேண்டாம் என்று எடுத்து வைத்து விட்டார்.

இந்த சுய விமர்சனம் அவரது படைப்புத் திறனைச் சிறப்பாகப் பண்படுத்தி இருக்கிறது என்பதை அவரது கவிதைகள், சிறுகதைகள், ஓரங்க நாடகங்கள், அலைகள், விமர்சனக் கட்டுரைகள் நிரூபிக்கின்றன. இந்தச் சிறு கட்டுரையில் அவரது ஒவ்வொரு மணிக்கொடி சிறுகதையையும் எடுத்துக்கொண்டு ஆராயும் உத்தேசம் இல்லை என்றாலும் அவை புதிய பரிமாணங்களைச் சேர்த்ததைப் பற்றிப் பார்க்கலாம். சிறுகதை மணிக்கொடியில் அவர் முதல் இதழில் எழுதிய கதை 'பரீட்சை தாண்டி' பிச்சமூர்த்தியின் 'கலைமகள்'

பரிசுக் கதை, 'முள்ளும் ரோஜாவும்' 'மோஹினி'யையும் அதைத் தொடர்ந்த, 'கலைமகள்' கதைகளையும், வார மணிக்கொடியில் வந்த, 'புருஷன் எழுதின கதை' முதல், மற்ற கதைகளையும் சுதந்திரச் சங்குவில், 'பாப்பாச் சாமியார்', 'பழிக்குப் பழி', முதலிய கதைகளையும் படித்திருந்த நானும் எனது இலக்கிய நண்பன் ஒருவரும் (அப்போது நான் ஸ்ரீவைகுண்டத்தில் இருந்தேன்) எங்கள் ரசனைத் தாராசில் முதலிடத்தைக் கொடுத்திருந்தோம். ராமையாவின் 'மலரும் மணமும்', 'வார்ப்படம்', போட்டிக்கதை கு. ப.ராவின் நுருன்னிஸா, குடும்ப சுகம் முதலிய சிறந்த சிறுகதைகளை ரசித்திருந்தாலும் எங்கள் மனச் சாய்வு பிச்சமூர்த்தி பக்கம்தான் விழுந்திருந்தது.

சிறுகதை முதல் மணிக்கொடியில் அவரது தலைசிறந்த சிறுகதையை எதிர்பார்த்திருந்த எங்கள் இருவருக்கும், 'பரீட்சை தாண்டி' யைப் படித்ததும் திடுக்கிடும்படியாக ஏமாற்றம் ஏற்பட்டது. அதன்பின் நான் சென்னை வந்து மணிக்கொடியில் இணைந்தபோது மணிக்கொடிக்காரர்களில் யாரும் அந்தக் கதையைப் பற்றிப் பேசவே இல்லை. பிச்சமூர்த்தியின் அபூர்வ சேதார சிறுகதைகளில் அது ஒன்று. கதை சரியாகத்தான் இருந்தது. 'லைட்' ரக கல்கி பாணி நகைச்சுவை சிறுகதை. ஒருவேளை அதுவரை ஆழ்ந்த, கருத்தாழக் கதைகளை எழுதி இருந்தவர், நகைச்சுவைக் கதை ஒன்று எழுதிப் பார்க்கலாமே என்று நினைத்துச் செய்தாரோ என்னமோ. இந்த நினைப்பு வரக் காரணம் உண்டு. நானும் அது மாதிரி செய்த குற்றவாளிதான். எங்களில் ஹாஸ்ய ரச குற்றவாளியான சிட்டி (பே. கோ. சுந்தரராஜன்) தான் இந்த அம்சத்தைத் திறம்படக் கையாண்டவர். கதையிலும் சரி, கட்டுரையிலும் சரி, பொதுவாக மணிக்கொடிக்காரருக்கு நகைச்சுவை தீண்டப்படாத ஒரு ரசம். ஆனால், அங்கதம் (Sancasam)

விபரீதமுரண் (*Irony*) இவற்றைத் தனிச் சிறப்பாகக் கையாளுபவர்கள். அங்கதத்தில் புதுமைப்பித்தனும், ஐரனியில் ராமையாவும் நிபுணர்கள். கிசுகிசு மூட்டும் எழுத்துப்போக்குக்கு எதிராகத்தானே முப்பதுகள் கால மறுமலர்ச்சி இயக்கம் மணிக்கொடி, சுதந்திரச் சங்கு, காந்தி மூலம் உருவாகி வளர்ந்தது. எனவேதான் எங்களிடையே பிச்சமூர்த்தியின் இந்த முதல் சிறுகதை எடுபடவில்லை. ஒருவேளை இதையே 'சிட்டி' எழுதி இருந்தால், 'சிட்டிபாணி' என்று அங்கீகரித்திருக்கலாம். பிச்சமூர்த்தியையும் அந்தச் சிறுகதையையும் சேர்த்துப் பார்க்க முடியவில்லை. கதை சுருக்கமாக இதுதான்; பரீட்சைக்குப் படிக்கும் பையன் காலமெல்லாம் ஓடவிட்டு, கடைசி சமயத்தில் படிக்கிறபோது தூக்கம் வாரமல் இருக்க டீ குடிக்கும் பழக்கத்துக்குப் பதிலாக பரீட்சை தாண்டித் தூள் ஒன்றைத் தயாரித்து பையனிடம் விற்றவரின் சாமர்த்தியம் பற்றியது. இம்மாதிரி லைட் சிறுகதை ஒன்று 'மனோவசிய தந்திரம்' என்று ராமையாவும், 'லைட்' டாக எழுதி இருக்கிறார். இவற்றை 'மணிக்கொடி' முத்திரைக் கதைகளாக இன்றைய பார்வையிலிருந்து கருத முடியாது. பிச்சமூர்த்தியின் இரண்டாவது சிறுகதை, 'அரைப்பைத்தியம்' ஒரு வலிமையான கதை. கதை உள்ளடக்கத்திலும் எழுதப்பட்ட விதத்திலும் சரி. அந்தக் காலத்தில் இந்த மாதிரி கதைகளை நாங்கள் தமிழில் அதுவரை படித்ததே இல்லை என்பதை இன்றைய வாசகர்கள் தங்கள் மனதில் போட்டுக்கொண்டு அவற்றை அணுக வேண்டும். கதையின் சாரம் இதுதான்.

ஒரு சிறுவயது மகன் உள்ள ஒரு மூர்க்க குடிகாரனிடம் அவஸ்தைப்படும் மனைவி மீது சந்தேகம் கொண்டவன், அதை ஒருநாள் பரீட்சை செய்தபோது உண்மை தெரியவர, அவனை வெட்டிக்

கொன்றதுடன் அவளுக்கும் மரண வெட்டுக் காயம் ஏற்படுத்திவிடுகிறான். மரண வாக்குமூலத்தில் அவள் உண்மையைச் சொல்லிவிட்டு புருஷனை அழைத்து வரச் சொல்லி அவன் மீது இருந்த கோபத்தில் அவனுக்கு அதிர்ச்சி தரும் இன்னொரு உண்மையையும் அவனிடம் வெளிப்படுத்திவிட்டு இறந்துவிடுகிறாள். அதைக் கேட்ட அதிர்ச்சியில் சித்த சுவாதீனம் இழந்த நிலையில், கணவன் தண்டிக்கப்படுகிறான். இந்தக் காட்சியை நேரில் பார்த்த சிறுவன் திக்பிரமையால் புத்தி இழந்து முதலில் ஏதாவது ஒரு பெண் படத்தை சதா வைத்துக்கொண்டு தன் தாய் என்றும் பிறகு ஒரு பெண் உருவத்தைக் கையில் பச்சைகுத்திக் கொண்டும் அதையே தன் தாயின் உருவமாக பாவித்து சதா நினைவாகவே அரைப்பைத்தியமாக அலைந்து கொண்டிருக்கிறான். இந்தக் கதை நாடக சம்பவ பாவமும் சோக பாவமும் கொண்டது. *(Dramatic and tragic)* ஆனால் வலிந்து திணிக்கப்பட்ட கொடூர விளைவு ஏற்படுத்த, தேவையற்ற கோரச் சம்பவ, சோக முடிவாக இல்லை. *(Melodramatic)* திடுக்கிட வைக்கும் நோக்குடன் அதிக்கிரமமான. மிகையான, வீண் அதிர்ச்சி தருவதான பயங்கர சம்பவபாங்கானதல்ல. *(Melodramatic)* இங்கே உணர்ச்சித் தீவிரத்துக்கு அதன் விளைவாக பிராணாபத்து நிகழ்வுக்குத் தக்க நியாயம் காண்கிறது. வக்கிரமானதாகவோ, காரணகாரிய பொருத்தம் இல்லாததாகவோ சித்தரிக்கப்படவில்லை. ஒரு உச்சநிலை விடுவிப்பு தக்கவாறு அமைந்திருக்கிறது. இது மணிக்கொடி முத்திரையானதாகக் கருதக்கூடிய கதை.

மூன்றாவது கதை, 'தாய்' அன்று சிலாக்யமாகப் பாராட்டப்பட்டது. முந்தின சிறுகதையிலிருந்து

பொருள் உத்தி சம்பந்தமாக முழுக்க மாறுபட்டது. முதல் கதையில் ஒரு வேடிக்கை விஷயத்தையும் அடுத்த கதையில் ஒரு உக்ர நிகழ்ச்சி விஷயத்தையும் கையாண்ட பிச்சமூர்த்தி இதில் உளவியல் பாங்கான சம்பவத்தை மனிதாபிமானம் வெளியீட்டுக் கதையாக மேம்படுத்தி இருக்கிறார். கதை இது. தாய்ப்பால் குறைவாக உள்ள, வற்றிய உடல்வாகு கொண்ட ரயில் பிரயாணி தன் குழந்தை இருக்கிற பாலைக் குடித்துவிட்டு மேலும் வேண்டி அழும்போது, தாய் 'இம்மே பாலில்லை, ரத்தம்தான் வரும்' எனத் தன்னைக் கசந்துகொண்டு குழந்தையைத் தூங்கப் பண்ணுகிறாள். அதைத் தொடர்ந்து பக்கத்து சீட்டில் பசியால் அழுது இருமிய இன்னொரு கக்குவான் குழந்தைக்குத் தகப்பன் ஒரு பிராந்தியைக் கொடுத்து தூங்கச் செய்கிறான். அது தாயில்லாக் குழந்தை என்பதையும் அவன் அதுக்குக் கொடுத்தது பிராந்தி என்பதும் தெரிய வந்த அந்த ஸ்திரீ திடுக்கிட்டுப் போய் பதறியவள், அந்தக் குழந்தை திரும்ப விழித்து இருமி அழவும் பிராந்தியை மீண்டும் அதுக்குக் கொடுக்கப்போன அந்தத் தகப்பனை அதைத் தொடாதபடி தடுத்துக் குழந்தையை வாங்கிக்கொண்டு தன் உலர்ந்த மார்போடு சார்த்திக்கொள்கிறாள். 'அவள் நெஞ்சில் அருள் சுரந்தது. ஆனால் பால் சுரந்ததோ என்னவோ' என்ற கடைசி வரியுடன் முடிகிறது கதை. தமிழில் இதுவரை வெளிவந்துள்ள சிறந்த சிறுகதைகளில் இது ஒன்று. ரொம்ப சின்னக் கதை. வெகு நயமான சித்தரிப்பு. கவித்வ சாயல் கூட காண்கிறது. சிறுகதைத் துறைக்கு இந்தச் சிறுகதை இன்னொரு பரிமாணம் சேர்க்கிறது. கதா சம்பவம் அதிகபட்ச குறைவானது. கதா சம்பவமே இல்லை என்று கூட சொல்லலாம். ஒரு சாதாரண நிகழ்வு. அதன் மீது செலுத்தப்பட்ட ஒரு கூர்மையான பார்வையும் ஒரு கருத்துணர்தலும் அதைச்

சிறுகதையாக மேம்படுத்திவிட்டது. ஒன்று சொல்கிறேன். இந்த மாதிரி கதைகளை நேரடிப் படிப்பின் மூலம்தான் அனுபவிக்கவும் உணரவும் முடியுமே தவிர, கதைச் சுருக்கம் ஒரு காசுக்கும் பயன்படாது. இருந்தாலும் புதிய வாசகர்களுக்கு உணர்த்த, சொல்ல வேண்டிய நிர்ப்பந்தம் இப்போது ஏற்பட்டிருக்கிறது.

அடுத்தது 'வானம்பாடி' கதை முந்தின 'தாய்' கதையில் கவித்வ சாயல் விழுந்திருக்கிறது என்றேன். இந்தச் சிறுகதையே ஒரு கவிதை. நான் எழுத்தாள வாழ்க்கையில் ஈடுபட கிராமத்தை விட்டு சென்னைக்கு வந்தபோது பிச்சமூர்த்தி, கு. ப. ராவை பார்ப்பதுக்காக கும்பகோணத்தில் தங்கினேன். மாலையில் நாங்கள் காவிரிக்குப் போய்க்கொண்டிருந்தோம். பிச்சமூர்த்தியும் இன்னொருவரும் முன்னால் போய்க்கொண்டிருந்தார்கள். நானும் கு.ப.ராவும் பின்னால் பேசிக்கொண்டு வந்தோம். வானம்பாடி பிரஸ்தாபம் வந்தது. 'அது கதையல்ல. கு.ப.ரா.' என்றேன். அவர் நின்று என்னை உற்றுப் பார்த்தார். 'அது ஒரு கவிதை' என்று முடித்தேன், கு.ப.ரா, முகம் புன்னகை ஆயிற்று. வேகமாக இரண்டு எட்டு வைத்து முன்சென்று 'பிச்சா' என்று கூப்பிட்டார். அவர் திரும்பிப் பார்த்து நின்றார். 'வானம்பாடியைச் செல்லப்பா, கதையில்லையாம், கவிதை என்கிறான்' என்றார். பிச்சமூர்த்தி லேசாகச் சிரித்துவிட்டு முன்னே நடந்தார். பிறகு கு.ப.ரா 'நீ சொன்னது சரிதான்' என்றார்.

இந்தக் கதை விஷயம் முந்தின மூன்றிலிருந்து மாறுபட்டது. இங்கே முதல்முதலாக பிச்சமூர்த்தி கலைத்தன்மையை விஷயமாக எடுத்துக்கொண்டிருக்கிறார். 'வானம்பாடி' பைராகி ஒரு கலைஞன், அவன் வளர்த்து வந்த

வானம்பாடியும் ஒரு இசைக் கலைஞன். அந்த வானம்பாடியின் இசைத் திறனாலேயே அவன் வாழ்ந்து வருபவன். அதை அவன் பழக்கி இருந்ததில் அது நவரசங்களையும் தன் குரல் கீதம் மூலம் வெளிப்படுத்தும் அபாரத் திறமை வாய்ந்தது. அதன் கீதத்தில் தன்னை மறந்த ஜமீந்தார் அதை அடைய விரும்பி அதிகபட்ச பணம் தர முற்பட்டும் கலைரசிகன் பைராகி அந்த இசைக்கலைஞனைப் பிரிய மறுத்துவிடவே, கோபத்தில் ஜமீந்தார் அந்த வானம்பாடி கூட்டைப் பிடுங்கி வீசி எறியவும் விடுபட்ட வானம்பாடி வான் நோக்கிப் பாய்ந்து கீதமிசைத்துக்கொண்டே மறைந்துவிட்டது. அந்தக் கீதத்தில் மிதந்த பைராகி தன் நினைவு வரவும் தன் உயிர்ப்பொருளை இழந்த ஏக்கத்தில் ஜமீந்தாரை வெறித்துப் பார்த்துவிட்டு, தன் கப்பறையை அவர் முகத்தில் வீசி அடிக்கிறான். ஒரு தூய கலைஞன் இந்த லௌகீக, லோகாய உலகத்திலிருந்து தனிப்பட்டு நிற்பவன். அவனை எதுவும் திசை திருப்பாது. இது தமிழில் வந்துள்ள மிகச் சிறந்த கதைகளுள் ஒன்று.

இதுவரை மனிதர்களைக் கதாபாத்திரங்களாகக் கொண்டுள்ள கதைகள் எழுதிய பிச்சமூர்த்தி இந்த ஐந்தாவது சிறுகதையில் முந்திய சிறுகதையிலிருந்து வேறுபட்ட கதாபாத்திரத்தை எடுத்துக்கொண்டிருக்கிறார். ஒரு நாய்க்குட்டி தன் சுய சரித்திரத்தைப் பேசுகிறது. தலையெழுத்து என்ற கதை. தற்காலச் சிறுகதைகளிலும் மிருகங்களைக் கதாபாத்திரங்களாகக் கொண்டு மேல்நாட்டில் கதைகள் வந்திருக்கின்றன. நம் நாட்டு பஞ்ச தந்திரக்கதைகளும் நமக்கு இருக்கின்றன. பிச்சமூர்த்தியின் கவிதைகளில் உயிரேற்று அணிக்கு முதன்மையான இடம் உண்டு. அவரது கதைக் கவிதைகள் உதாரணம். அதே போல இயற்கை வர்ணனைகளுக்கும் அந்த அணிப்

பிரயோகம் அவருக்கு இயல்பான கையாளல். சிறுகதைகளிலும் அவர் இதைக் கையாளுபவர். இந்தச் சிறுகதையை வெளியிட்ட ராமையா, கதைத் தலைப்புக்கு மேலாகக் குறிப்பு எழுதுகையில் ‘மனிதர்கள் சுய சரித்திரம் எழுதுவதுண்டு. ஒரு நாய்க்குட்டி - கண்டால் அலட்சியமாகப் போய்விடுவோம் - அதன் கதையைச் சொல்கிறது. மனித வாழ்க்கை சரித்திரம் என்ன இதைவிட ரொம்பப் பெரிசா’ என்று கூறி இருக்கிறார். உண்மை. பிச்சமூர்த்தியின் கையில் அந்த நாய்க்குட்டியின் வேதனை வாழ்க்கை எவ்வளவு சோக வர்ணனை கொண்டிருக்கிறது! தற்காலத்தில் இந்த விதச் சிறுகதை இதுதான் முதலாவதாகும்.

முப்பதுகளில் தேவதாசி சட்டம் அமலுக்கு வந்திராத காலத்துச் சிறுகதை ‘மீனலோசினி.’ தேவதாசிகள் நாவல்களுக்கு அன்று கதாபாத்திரங்களாகத் தேர்ந் தெடுக்கப்பட்டிருந்தார்கள். சிறுகதையில் பிச்சமூர்த்தி இதைத் தொட்டிருக்கிறார். பொதுவாக அவர்களது கறுப்புப் பக்கம்தான் கையாளப்படும். அவர்களது வெள்ளைப் பக்கத்தைச் சித்தரித்திருக்கிறார் பிச்சமூர்த்தி, இந்தக் கதையில். கதாபாத்திரம் தாசி மீனலோசினி, ‘நாணு நாணு... இப்படி எல்லாம் பேசாதே. சத்தியமாய் பஞ்சபூத சாட்சியாய்ச் சொல்லுகிறேன். ஆசை ஒன் மேலே. ஆன்மா ஒன் மேலே உடம்பைத் தள்ளு - அது குலதர்மத்துக்குக் கட்டுப்பட்டது நாணு’ என்று அலறுகிறபோது அந்த வெள்ளைத்தன்மை எப்படி ஒலிக்கிறது! ஆனால் அவளுக்கு அவனிடமிருந்து பதில் கிடைக்காததால் அவள் வாழ்வு சோகமாக முடிகிறது. உணர்ச்சி நேர்த்தியாக இந்தக் கதையில் கையாளப்பட்டிருக்கிறது.

பிச்சமூர்த்தி சேர்ந்தாற்போல ஒரே குறிப்பிட்ட

விஷயங்களைக் கையாள மாட்டார். படைப்பாளி அடிக்கடி சட்டை உரித்துக்கொள்ள வேண்டும் என்று அவரே சொல்லி இருப்பதுபோல கதைக்கான விஷயங்கள், கருக்கள், களங்கள் வாழ்நிலைகள், சமூகத் தரங்கள், குடும்பப் பிரச்னைகள், மன மோதல்களை மாற்றிக்கொண்டே இருப்பவர். 'காபூலிக் குழந்தைகள்' சிறுகதை வறுமையை விஷயமாகக் கொண்டது. தொழில் வரும்படியும் இல்லாமை, குழந்தைக்குக் கடும் காய்ச்சல், மருந்து வாங்க பணம் இல்லாமை, இந்த நிலையில் மணம் புண்பட்டு சாமிக்கு ஒரு கும்பிடு என்று நாஸ்திகம் பேசிய தையல்காரன் அதெல்லாம் மறந்து கடைக்கு வந்த காபூலி பிச்சைக்காரிகளின் குழந்தைகளிடம் பரிவு காட்டுகிறான். அப்போது மனைவி வந்து மருந்துக்குப் பணம் கேட்க முதலில் அவள் மீது சீறி விழுந்துவிட்டு, பிறகு கை தாயத்து தங்கத்தை உரித்து விற்று ரூபாய் வாங்கி வந்து மனைவியிடம் மருந்துக்குப் பணம் கொடுக்கப் போகிறான். தர்ம வைத்திய ஆஸ்பத்திரி பிரஞ்சு துரைசாணிகள் பணம் கொடுத்ததாக அவள் சொல்ல, அவன் அவர்களைப் போய்ப் பார்த்து குழந்தையின் நிலைபற்றித் தெரிந்துகொண்டு திரும்பும்போது கையிலிருந்த பணத்தை ஆஸ்பத்திரி வாசலில் உள்ள மேரியன்னை சிலைக்கு அடியில் உள்ள உண்டியலில் போட்டுவிட்டுப் போகிறான். ஏழ்மை படுத்தும் பாட்டில் ஏற்படும் மனப் போராட்டத்தை நேர்மையை ஆசிரியக் கூற்றாக எதுவும் சொல்லாமல் கதாபாத்திரத்தின் பேச்சு, செய்கை மூலமே நயமாக உணர்த்தப்பட்டிருக்கிறது.

பிச்சமூர்த்தியின் மிகச் சிறந்த கதைகளில் ஒன்றான 'பதினெட்டாம் பெருக்கு' ஒழுக்கம் பற்றியது. ஏழ்மை மனப் போராட்டம் போல் பாலுணர்ச்சி மனப்

போராட்ட உளவியல் ரீதி சிறுகதை. பாலுணர்ச்சி ஊட்டும் சூழ்நிலை. சுற்றுப்புறம் காட்சிகளால் பாதிக்கப்பட்டு வீட்டில் மனைவி ஊரில் இல்லாததால் தனிமை ஏக்கத்தில் இன்ப உணர்வு தூண்டப்பட்டவனுக்கு அது நிறைவேற எதிர்பாராத வாய்ப்புக் கிடைக்கிறது. அந்த வாய்ப்பு அவனை மகிழ்விப்பதுக்குப் பதிலாக அவனைத் திடுக்கிட வைத்து விடுகிறது. ஒழுக்கத்துக்கும், வழுக்கி விழுதலுக்கும் இடையே ஏற்பட்ட மனப்போராட்டத்தில் வெற்றி எதுக்கு என்று நிதானிக்க முடியாத இரண்டும் கெட்டான் நிலையில் தவித்துத் தடுமாறியவன், ஒரு ஆசை அவனைப் பித்தாக்கி சேற்றில் புரட்ட இருக்கிறதை நினைத்து, அதிர்ந்து வீழ்ச்சியிலிருந்து தப்ப போராடி, இறுதியில் தன்னைக் காப்பாற்றிக்கொள்கிறான். உளவியல் மனவோட்டம் அற்புதமாக வர்ணிப்பு காண்கிறது.

அடுத்த கதை ‘அடகு’ மறுபடியும் ஏழ்மையைத் தொடுகிறது. ஆனால் வேறுவிதமானது. குடிகார தோட்டி கணவன், மனைவி தோட்டிச்சியையும் மகனையும் இன்னொரு தோட்டியிடம் அடகு வைத்து தவணை சொல்லி கடன் வாங்கி விட்டு தவணைப்படி மீட்காமல் அதை நிறைவேற்றாமல் குடியில் மூழ்கி இருக்கிறான். மனைவியின் கடும் குத்திக்காட்டலுக்குப் பின் ரோஸம் வந்து அவளுக்குத் தெரியாமல் வீட்டுப் பன்றிகளை விற்று மீட்கிறான்.

மணிக்கொடியில் பிச்சமூர்த்தியின் கடைசிக் கதை ‘விழிப்பு’. இங்கே ஆன்மீகத்துக்கும் பாலுணர்வுக்கும் இடையே ஏற்படும் மோதல். அதில், தன்னை அறியாமலே வீழ்ச்சி அடையப் போனவன் தன்னை சுதாரித்துக்கொண்டு தன் பக்குவக் குறைவை

உணர்ந்தவனாகக் குற்ற உணர்வுடன் தன்னை இகழ்ந்துகொண்டு புனிதச் சூழ்நிலையிலிருந்து தன்னை விடுவித்துக்கொண்டு தன் மனதைத் தானே நம்ப முடியாதென்ற நிலையில், குடும்பமும் விரும்பாமல் துறவறமும் விரும்பாமல் நாடோடி ஆகிவிடுதல். இங்கே 'பதினெட்டாம் பெருக்கு' சாயல் லேசாக அடித்தாலும் வேறுவிதமான விடுவிப்பு. அங்கே ஒழுக்கம், இங்கே ஆன்மீகம்.

சிறுகதை மணிக்கொடியில் வெளிவந்த பிச்சமூர்த்தியின் இந்தச் சிறுகதைகள், அன்று சிறுகதைத் துறை உருவாகி வளம்பெறச் செலுத்திய பங்கு குறிப்பிடத்தக்கதாகும். எத்தனை விதமான விஷயங்களைச் சிறுகதைக்கு எடுத்துக்கொள்ளலாம், ரக கதைக் கருக்களை உருவாக்கலாம், உத்திகளைக் கையாண்டு கதை உருவாக்கலாம், சமூகப் பிரிவு வாழ்க்கைக் களங்களை அடிப்படையாகக் கொள்ளலாம், பார்வைகளை மதிப்புகளை அவற்றில் ஏற்றலாம் என்பது போன்ற பல அம்சங்களைப் புதிதாகத் தமிழுக்குக் கொண்டு வந்தவை இந்தச் சிறுகதைகள். ஒரு இலக்கியத்துறையில் புதுவிதமான பரிமாணங்களைச் சேர்த்தல் என்று கணிப்பது இவற்றை அடிப்படையாக வைத்துத்தான். ராமையாவை அடுத்து மணிக்கொடி மூலம் புதுப் பரிமாணங்களைச் சேர்த்த முதல் தர சாதனை பிச்சமூர்த்தி சிறுகதைகளுக்கு உண்டு.

கு.ப. ராஜகோபாலன்

மணிக்கொடி சிறுகதையாளர் குழுவில் அடுத்து வருபவர் கு.ப. ராஜகோபாலன். கு.ப.ரா. என்று பெயர் சுருக்கி அழைக்கப்படுபவர். பிச்சமூர்த்தியை அடுத்து அவரை எடுத்துக்கொள்ளக் காரணம், பிச்சமூர்த்தியும் அவரும் மணிக்கொடி 'இரட்டையர்கள்' என்று அழைக்கப்பட்டுவருவதை ஒட்டித்தான். வ.ரா. தான் இதைக் குறிப்பிட்டுச் சொன்னவர். பல காரணங்கள் உண்டு. இருவரும் ஒரே ஊர்க்காரர்கள், கும்பகோணம். ஒரே தெருவில் பக்கத்து வீட்டுக்காரர்கள். கிட்டத்தட்ட ஒத்த வயது. கு.ப.ரா. இரண்டு வயதுதான் இளையவர். சிறுவயது முதல் ஒன்றாக விளையாடியவர்கள். ஒரே ஊரில் உயர்நிலைப் பள்ளிப் படிப்பு படித்தவர்கள். காலேஜிலும் படித்தவர்கள். இதெல்லாம்விட ஒரே காலத்தில் இலக்கியத் துறையில் சிறப்பாக ஈடுபட்டவர்கள். பெரும்பாலும் ஒத்த இலக்கியக் கருத்துகளைக் கொண்டவர்கள். இருவரும் எல்லா இலக்கிய வடிவங்களையும் கையாண்டவர்கள். இருவரும் ஓரங்க நாடகங்களைச் சிறப்பாக எழுதியவர்கள்.

இதுக்கெல்லாம் மேலான தனிச்சிறப்பாக இருவரும் புதுக்கவிதை முன்னோடிகள். குணத்திலும் இருவரும் ஒத்த சுபாவம் உள்ளவர்கள். தோற்றத்தில் மட்டும் முழுக்க முழுக்க வேறுபட்டவர்கள். படைப்பு நோக்கிலும் முழுக்க மாறுபட்டவர்கள். வாழ்க்கை அளவிலும் வித்யாசம் உண்டு. கு.ப.ரா. நாற்பத்தி இரண்டாவது வயதில் அகால மரணமடைந்தார். பிச்சமூர்த்தி எழுபத்தேழு ஆண்டு நிறைவாழ்வு வாழ்ந்து மறைந்தார். மணிக்கொடி கோஷ்டியில் வ.ரா. வுக்கு அடுத்தபடியாக பெரியவர்கள். மற்ற எங்கள் பெரும் மதிப்புக்கும் மரியாதைக்கும் உரியவர்கள்.

கு.ப.ரா. தன் கல்லூரி நாட்களிலே ஆங்கிலத்தில் கட்டுரைகள், கதைகள் எழுதுவதில் ஈடுபட்டவர். பிறகு பத்திரிகைக்கு எழுதி அனுப்பி இருக்கிறார். பாராட்டு கிடைத்ததே தவிர பிரசுரம் ஆகவில்லை. படிப்புக்குப் பின் பாரதியின் கவிதைகள் பரிச்சயம் ஏற்பட்டிருக்கிறது. அவை அவரைக் கவர்ந்தன. தமிழில் எழுத வேண்டும் என்ற ஆசை உண்டாயிற்று; 1925ல் தமிழ் நாடகம் ஒன்றை எழுதி இருக்கிறார். அதுபற்றிய விவரம் தெரியவில்லை. தாலுகா ஆபீஸில் அவர் சில வருஷங்கள் வேலை பார்த்த சமயம் அவரது தமிழ்ப் படைப்பு ஆர்வம் பெருக அவர் சுதேசமித்திரன் வாரப் பதிப்பில் ஒரு சில சிறுகதைகள் எழுதியிருக்கிறார். அவை எவை என்று யூகிக்க முடிகிறதே தவிர நிர்ணயிக்க முடியவில்லை. குறிப்புகள் எதுவும் கிடைக்கவில்லை. அவர் மட்டும் என்ன, மணிக்கொடிக்காரர்கள் யாருமே குறிப்புகள் எதுவும் விட்டுச் செல்லாத எழுதாதவர்கள்தான். அந்த அக்கறையே கிடையாது. அவர்கள் மறைவுக்குப் பின் தேடி ஆராய்பவனுக்கு ரொம்ப சிரமமாக இருக்கிறது. சிரமப்பட்டாலும் பலனும் கிடைக்கவில்லை. வரலாற்று ரீதியாக கணிக்க முடியவில்லை. என்ன செய்ய!

கு.ப.ரா. மொத்தம் எழுதியுள்ள சிறுகதைகள் எனக்குத் தெரிந்தவரை எண்பத்திமூன்று ஆகும். அவற்றில் எழுபத்தி ஒன்பது சிறுகதைகள் கனகாம்பரம், புனர்ஜன்மம், காணாமலே காதல், சிறிது வெளிச்சம் ஆகிய நான்கு புத்தகங்களில் அடங்கி இருக்கின்றன. மீதி இருக்கும் கதைகள் சுமாராக இருந்ததால் சிட்டியும் நானும் சிறிது வெளிச்சம் புத்தகத்தில் அப்போதைக்குச் சேர்க்காமல் விட்டுவிட்டோம். கு.ப.ரா. முதலில் சிறுகதை எழுதியது ‘சுதேசமித்திரன்’ வாரப் பதிப்பில். இரண்டு அல்லது மூன்று எழுதி இருக்கிறார் என்று அவர் சொன்ன ஞாபகம். அவற்றில் ‘பாப்பாவின் சங்கிலி’ கதை ஒன்று என்பது மட்டும் நினைவில் இருக்கிறது. சுதந்திரச் சங்குவில் மூன்று கதைகள். நூருன்னிஸா, குடும்ப சுகம், தாயாரின் திருப்தி ஆகியவை வந்தன. வார மணிக்கொடியில் கதைகள் வந்திருக்கின்றன. உத்தேசமாக ஐந்தாறு இருக்கலாம். அவற்றை இனம் காண எனக்கு வாய்ப்பில்லை. எதானாலும் இந்த மூன்று பத்திரிகைகளையும் சேர்த்து குறைந்தது பத்துக் கதைகள் எழுதிவிட்டு ராமையா, சிறுகதை மணிக்கொடியில் ஏழு கதைகள் எழுதி இருக்கிறார். குறைவுதான். கதைகள் குறைவாக இருக்கக் காரணம் அவர் ஓரங்க நாடகங்கள், கட்டுரைகள், கவிதைகளும் எழுதியதுதான். மற்றவர்கள் கதைகள்தான் பெரும்பாலும் எழுதினோம். மணிக்கொடிக்குப் பின் கலைமகள், பாரத தேவி, கலாமோஹினி, கிராம ஊழியன், பாரத மணி முதலிய பத்திரிகைகளில் கதைகள் பல எழுதினார்.

பிச்சமூர்த்தி கதைகளைப் போலவே கு.ப.ராவின் கதைகளிலும் சேதாரம் ரொம்பக் குறைவு. தேர்ந்த கைகள் சாமான்யமானதை அவ்வப்போதே சுய விமர்சனச் சல்லடையால் சலித்துவிடுவது தெரிகிறது.

வாழ்க்கைப் பார்வை சரியாக இருந்தால் அதிலிருந்து எழும் இலக்கியப் பார்வையும் சத்தானதாகத்தான் இருக்கும். மணிக்கொடிக்கு முந்தின சிறுகதைகளே அநுபவ முதிர்ச்சியையும் வெளிக்காட்டுகின்றன. அந்தக் கதைகளை இங்கே ஆராய இடம் இல்லை. நான் சிறுகதை மணிக்கொடி கதைகளை மட்டுமே எடுத்துக்கொள்கிறேன். ஆனாலும் மணிக்கொடி முத்திரைக் கதைகள் என்பதுக்கு இலக்கணமான கதை சாதனையை நாம் காண முடிவதுக்கு முன்னாலேயே, முன்னர் எழுதிய கதைகள் அவரது தனித்தன்மையை விகசிக்கச் செய்கின்றன. அவரது முதல் சுதந்திரச் சங்கு கதையான 'நூருன்னிஸா' ஒரு மகா கதை. கதைப்பொருள், எழுத்து, தோரணை, அமைப்பு, விடுவிப்பு எல்லாம் அற்புதமாக அமைந்திருக்கிறது. சமுதாயப் பார்வை, செளந்தர்யப் பார்வை, உளவியல் பார்வை இவை அடங்கிய இந்தக் கதை தனிமனித உணர்ச்சியை அடிப்படையாகக் கொண்டதேயாகும் முதலிலேயே தெரிந்துகொள்ளவேண்டிய விஷயம். கு.ப.ராவைப்போல அவ்வளவு தீவிரமாக, உக்ரமாக, நயமாக வெளிப்படுத்தியவர்கள் அபூர்வம். மணிக்கொடிக்காரர்களில் இதில் அவர் முதலில் வரு பவர். கு.ப.ரா. ரொமான்டிக் என்ற மிகு உணர்ச்சி இயல் அம்சத்தைத் தூக்கலாகக் கையாளுபவர். இதனால் அவரிடம் 'ரியலிஸ்ட்' நடப்பியல் அம்சம் குறைவு என்று முடிவுகட்டிவிடக்கூடாது. உங்களுக்குச் சொல்கிறேன்– மணிக்கொடிக்காரர்கள் யாரும் இப்படி கம்பார்ட்மென்ட் ரிஸர்வேஷன் கொள்கைக்காரர்கள் அல்ல. எங்கள் கால யதார்த்தவாதம் என்பதுக்கு வேறு வியாக்யானம்தான் பொருந்தும். எங்களது 'ஐடியலிஸ்டிக் ரியாலிஸம்' அதாவது லட்சியம் பிணைந்த நிஜ வாழ்வியல் நோக்கு. இப்போது ரியலிஸம் பல அடைமொழிகளுடன்

பாகுபடுத்தப்பட்டிருக்கிறது. இருபது வகைகளுக்கு மேல் ரியலிஸம்கள் இப்போது குறிப்பிடப்படுகின்றன. முப்பதுகளில் இந்தக் கூறுகள் கிடையாது. ஒரே ரியலிஸம்தான் உண்டு. மணிக்கொடிக்காரர்கள் 'ரியலிஸம்' பேசுவதுக்கு வெகு காலத்துக்கு முன்பேயே சென்ற நூற்றாண்டிலேயே வேதநாயகம் பிள்ளை முதல் இதை அறிந்துகொண்டிருக்கிறார்கள். ஆனால் மேல்நாட்டு ரியலிஸத்தை ஏற்றுக்கொள்ளவில்லை. அது நமக்கு ஒவ்வாதது என்று கூறி இருக்கிறார்கள். இன்றைய பிச்சமூர்த்திகூட ரியலிஸத்தை அவ்வளவாக ஏற்காதவர். அது ரொம்ப நடைமுறையானது. சப்பென்று இருப்பது. உயர்த்திய குரல் அதிலே ஏற்ற முடியாது. லட்சிய நோக்கு அதில் காணமுடியாது. மனித மன வளர்ச்சிக்கு அது இடம் தராது. கற்பனையை ரொம்பக் கட்டுப்படுத்திவிடுவது. மிகை உணர்சியைக் குறை கூறலாம். ஆனால் மிகு உணர்ச்சியைத் தவிர்க்கக்கூடாது. உணர்ச்சி அதுக்கு உரிய உள்ள தரத்தை நடப்பியல் பார்வையில் சித்தரிக்க முடியாது. இப்படி இன்னும் பல 'லிமிடேஷன்' கள் எல்லை வரம்புகள், நிர்ப்பந்தங்கள், கட்டுப்பாடுகள் அதுக்கு உண்டு. அதனால்தான் மேல்நாடுகளில் இந்தக் கொள்கைக்கு சீக்கிரமே படி இறக்கல் வந்து குறியீட்டியல் (சிம்பாலிஸம்) அடி மன பிரக்ஞை நிலை (ஸர்ரியலிஸம்) இயல் முதலியவை தோன்ற ஆரம்பித்தன. முதலில் மேல்நாட்டில் தோன்றத் தொடங்கின. இந்த இரண்டு இயலும் 'ரொமான்டிக்' என்கிற மிகு உணர்ச்சி இயலின் சில அம்சங்களைத் தமக்கு எடுத்துக்கொண்டு புதுவிதமாக உருவாயின.

இதெல்லாம் இங்கே சொல்லக் காரணம் கு. ப.ராவிடம் 'ரொமான்டிக்' அம்சம் மணிக்கொடி மற்றவர்களைவிட ரொம்பத் தூக்கலாக இருந்தது. அவர் படைப்புகள் உணர்ச்சி அம்சத்தையே அடிப்படையாகக்

கொண்டிருந்தன என்பதை விளக்கிக் காட்டுவதற்கு முன் அறிமுகப்படுத்தத்தான். ரொமான்டிக் என்றாலே வாழ்வுக்கு ஒவ்வாத, அதீத கற்பனையான, நடைமுறை சாத்யமில்லாத, மனோவிகாரமான, நம்பமுடியாதவிதமான என்றெல்லாம் விவரம் அறி யாது பேசப்படுவதை நான் கேட்டுக்கொண்டே இருக்கிறேன். அப்படிப் பார்ப்பதானால் எந்தத் தனியொரு இயலும் முழு சுத்தமானதாகவோ வாழ்க்கைக்குச் சம்பந்தமானதாகவோ இருக்கவே முடியாது என்பது நிச்சயம். இந்த இயல்களின் விதிக்கிரமங்களை அனுசரித்து நமது நிஜவாழ்க்கை நடக்கவில்லை. மனித வாழ்வில் இந்தப் பல்வேறு இயல் அம்சங்களும் கலந்து கூட்டித்தான் இருக்கின்றன. ஒவ்வொரு இயலும் ஒவ்வொரு சந்தர்ப்பத்தில் தூக்கலாக வாழ்க்கையில் காணப்படுவதும் இலக்கியத்தில் ஒவ்வொரு காலகட்டத்தில் தனித்த படைப்புப் பார்வை கொண்டு கையாளப்பட்டிருக்கிறது, கையாளப்பட்டு வருகிறது என்பது இலக்கிய வரலாறு. எனவே இயல்கள் பற்றிய விவகாரங்கள் அசட்டுத்தனமானதாகும். அந்தந்தப் படைப்பாளியின் பார்வையை நாம் அங்கீகரிக்கத்தான் வேண்டும். ஒரு இயல்வாதி மற்றதைப் பழித்தால் இன்னொரு பார்வை அவனது இயலைப் பழிக்கும் என்பதை அவன் உணரவேண்டும். தன் கண்ணாடி வீட்டிலிருந்து எதிர்வீட்டுக் கண்ணாடியில் கல் எறியும் அதிபுத்திசாலியாக இருக்கக்கூடாது. நாம் செய்ய வேண்டியதெல்லாம் அந்தந்த இயல்கள் படைப்பு நயமாக ஆக்கப்பட்டிருக்கிறதா சுவைக்க முடிகிறதா என்று பொருத்தம், வர்ணிப்பு இவற்றை வைத்துத்தான் பார்க்கவேண்டும். இன்றைய வாசகன் இதைத்தான் கவனிக்க வேண்டும், சில கிளிப்பிள்ளைப் பேச்சுகளுக்குக் காது கொடுத்துவிடக் கூடாது.

கு.ப.ராவின் 'நூருன்னிஸா'வுக்காக இந்தப் பீடிகை என்பதோடு கு.ப.ரா. படைப்புகளை அணுக இது சாவி என்பதும் முக்கியமானது. கு.ப.ராவின் கதைகளில் நடப்பு, கற்பனை, லட்சியம் மூன்றும் கூட்டுத் தகவல்களாக இருக்கும். கலப்படமாக அல்ல; கலவையாக. ஒரு உயர்தரப் படைப்பாளியால்தான் இதைச் சாதிக்க முடியும். அரைகுறை படைப்பாளி இதில் வீழ்ச்சி அடைந்துவிடுவான்.

நூருன்னிஸா கதை, ஒரு பிராமண வாலிபன், ஒரு முஸ்லிம் யுவதி - சிறு வயது பருவத்தில் பழகியவர்கள் - பிரிந்து வெகுகாலம் கடந்து வளர்ந்து பருவமுறும் பிள்ளைகள் தங்களிடையே பரஸ்பர அன்பு மனம் கொண்டவர்களாகச் சந்திக்கிறபோது எப்படி நடந்து கொள்கிறார்கள், தம் உறவை எப்படி நிர்ணயிக்கிறார்கள் என்பதைக் கதையம்சமாகக் கொண்டது. கதையை நடப்பியல் ரீதியாக விரசம் ஆக்காமல் வாழ்க்கையின் அன்று எட்டவியலாத லக்ஷியத்தை வலிந்து புகுத்தி செயற்கையாகவும் ஆக்காமல் வெகு சாதுர்யமாக அந்தக் கதை இயல்பான முடிவு பெற்றிருக்கிறது! சமஸ்கிருத இலக்கியப் பரிச்சயம் அதிகம் உள்ள அவர் நவரசங்களைச் சிறப்பாக அறிந்தவர். எனவே அவற்றைக் கையாளுவதில் குறையே காணமுடியாதபடி எழுதியவர். ரசனைக் குறைவான வர்ணனையும் சித்தரிப்பும் இருக்காது. அவரிடம் வலிந்து திணிக்கப்படும் சோக முடிவு இருக்காது. அதாவது மெலோ டிராமாடிக் தன்மை அபூர்வம். பொதுவாக மணிக்கொடிக்காரர்கள் இன்பத்தைவிட துன்பத்தையே தூக்கலாக எழுதியவர்கள். கல்கி ரா. கிருஷ்ணமூர்த்தியின் இன்பப் பார்வை அவர்களுக்கு உவப்பானதல்ல. இதை கு.ப.ராவின் வார்த்தைகள் மூலமே கேட்கலாம்.

'மணிக்கொடியின் மனப்பான்மை புரட்சி. வாழ்க்கையிலும் சமூகத்திலும் ரசனையிலும் புரட்சி. புராண மித்யேவ நசாது சர்வம் (பழையது என்பதாலேயே எல்லாம் சிறந்தது அல்ல) என்று காளிதாசன் சொன்னதுதான் அதன் கொள்கை. போராட்டத்தில்தான் அதன் உயிர். துக்கத்திலும் வீழ்ச்சியிலும் வறுமையிலும்தான் உணர்ச்சிகள் சிறந்து ஒளிகொண்டு ஜ்வலிக்கின்றன என்பது அதன் கொள்கை. சுகம், ஏமாற்றம், துக்கம்தான் உண்மை என்பது அதன் தீர்மானம். சர்வ ஜன ஓட்டின் தீர்ப்புப்படி உலகத்தின் பெரும்பாலான மக்கள் அநுபவிப்பது இன்பமா? செல்வமா? பதவியா? இல்லை. அதனால் மணிக்கொடி மனப்பான்மை எங்கும் தென்படும் வறுமையையும் நோயையும்தான் ஆராய்ச்சி செய்கிறது. எதையும் அது புறக்கணிப்பதில்லை. எல்லாம் இயல்பு எல்லாம் பலவீனம் என்று தெளிவுகொள்கிறது. போராட்டம் தான் அதன் லட்சியம்; போரின் முடிவுகூட அவ்வளவு இல்லை. இந்த மனப்பான்மை தீவிரப் போக்குடையது. இதற்குள்ளேயே பல போக்குகள் இருக்கின்றன. உதாரணமாக வ.ரா. ஒரு போக்கு. பிச்சமூர்த்தி ஒரு போக்கு. புதுமைப்பித்தன் என்ற விருத்தாசலம் ஒரு போக்கு. மேலே குறித்தவர்களைத் தவிர வேறு சிறந்த எழுத்தாளர்கள் இல்லை என்பதல்ல. அந்த மனப்பான்மையை எழுத்தில் பூரணமாகக் காட்டும் சிலரை மட்டும் உதாரணமாகக் காட்டி இருக்கிறேன். மேலும் ஒரு மனப்பான்மை உடையவர் மற்றொரு பத்திரிகைக்கு எழுதுவதில்லை என்பதும் கிடையாது. ஆனந்த விகடன் எழுத்தாளர்களும் மணிக்கொடி எழுத்தாளர்களும் பரஸ்பரம் மாறி எழுதுவது அதிகமாகத் தென்படவில்லையே தவிர, இரு கோஷ்டியினரும், கலைமகளுக்கு வெகுவாக

எழுதி இருக்கிறார்கள். இந்த முறையில் கலைமகள் ஒரு பொதுக்கருவி என்றுகூடச் சொல்லலாம்.'

இந்தக் கட்டுரை மேற்கோள் குறிப்பிடத்தக்கது. இது மணிக்கொடியின் கொள்கைப் பிரகடனம் போல இருக்கிறது. ஆனால், இந்த மாதிரி பிரகடனத்தை முன்வைத்து மணிக்கொடியை ஆரம்பித்தவர்கள் பேசவில்லை. இந்தக் கருத்து மணிக்கொடியில் வந்த படைப்புகளைக் கணித்து பின்னால் உருவாக்கப்பட்ட ஒரு கொள்கை விளக்கம். அவர்களில் கு.ப.ரா.தான் இதைச் செய்தவர். கு.ப.ராவின் படைப்புக் கொள்கையும் அதாகத்தானே இருக்கவேண்டும். கு.ப.ரா. கதைகளில் இதைக் காண்கிறோம். 'நூருன்னிஸா' கதையில் இந்தப் பார்வையை நாம் உணர்கிறோம். இந்தக் காலத்திலேயே காதல், கலப்புமணம் அபூர்வமாகத்தான் காண்கிறது. சினிமா கதைகளில் ஆர்ப்பாட்டமாக வலிந்து செய்யப் பார்க்கிறார்கள். கதைகள் அசடு வழிகின்றன. ஒரு குறிப்பிட்ட ஜாதிக்குள்ளேயே உள்ள உட்பிரிவுகளிடையே மண உறவு கனவாக இருந்த சனாதன காலத்தில் பிராமண - முஸ்லிம் அன்பு இணைப்பு செய்த புரட்சிகரப் படைப்பாளி முதல் படைப்பாளி கு.ப.ரா. ஆனந்த விகடனில் ராமையாவின் சிறந்த 'மலரும் மணமும்' கதைக்கு முதல் பரிசு கொடுக்கப்படாத காரணம், அது அமங்கலமான முடிவு கொண்டது என்பதுதான். அந்த நாட்களில் அமங்கலம் மட்டுமின்றி அபவித்திரமான, புனிதமற்ற ஒரு பிரச்சனைக் கதையை எழுதி இருக்கிறார் கு.ப.ரா. பிரச்சனை பொருள் விவகாரம் இருக்கட்டும், உணர்ச்சி சித்தரிப்பு மிக நயமானது. அசட்டு உணர்ச்சியாக (சென்டிமென்டாலிட்டி) இல்லாமல் வலிந்து சோக முடிவையும் கொடுக்காமல், விபரீத முடிவும் ஏற்படுத்தாமல், நடைமுறை லட்சியம், நடைமுறை மன

முறிவு இரண்டு விதமாகவும், கதை விடுவிப்பு இல்லாமல் கடும் பிரிவு வேதனையிடையேயும் உயர்ந்தபட்ச உறவு இன்ப லட்சியத்துடன் மனநிறைவு கொள்ளும் ஒரு காதல் கதையை சிருஷ்டித்தவர். லைலா மஜ்னு, ரோமியோ ஜூலியட் கதைக்கருக்களைவிட இந்தப் பார்வை எவ்வளவு மேம்பாடானதாக இருக்கிறது!

கு.ப.ரா. இந்த ஒரு புரட்சிக் கருவை மட்டும் கையாண்டவர் அல்ல. இதைவிட பயங்கரமான ஒரு ஹிந்து சமூகப் பிரிவுக்கே அதிர்ச்சி தரும் இன்னொரு கதை 'தாயாரின் திருப்தி'. இதுவும் 1934ல் 'சுதந்திரச் சங்கு' வில் வெளிவந்தது. இதுவும் பிராமண சமூகம் பற்றியதுதான். மணிக்கொடிக்காரர்கள் பிராமணக் கதைகள் அதிகம் எழுதியவர்கள். தம் சமூகத்துப் பெருமை, சிறுமை, குணம், குறைகளை ஆராய்வதில் கவனம் கொண்டிருந்தவர்கள். தம் சமூகத்தின் குடும்பத்தின் பழக்க வழக்க விவகாரங்களுக்கு அவர்கள் வெளியீடு காட்டினார்கள். ஆனால், அதை மட்டும் செய்யவில்லை என்பதையும் கவனிக்க வேண்டும். இந்தக் காலத்தில் ஒரு குறிப்பிட்ட ஜாதிகள் பற்றிய குறிப்புகளுக்கும், அவற்றை எழுதியவர்களுக்கும் ஏற்படுகிற எதிர்ப்பைப் பார்க்கும்போது பாரதி, பிராமணர்களைக் கவிதைகளில் தானே சாடியதுபோல அவரவர் செய்து கொள்வதுதான் சரி என்றுகூட படுகிறது.

தாயாருக்கு திவசம் நடந்துகொண்டிருக்கிறது. கர்த்தா கொஞ்சம் அந்தக் காலத்துக்கு முற்போக்குவாதி அவ்வளவுதான். 'பிராமணாள்' சாப்பிட்டு எழுந்திருக்கப்போகும் சமயம் கர்த்தாவின் மூன்று வயதுக் குழந்தை வாசலிலிருந்து உள்ளே ஓடிவந்து, வாசலில் பாட்டி வந்து சாதம் கேட்கிறதாகச் சொல்கிறது.

அதைக் கேட்டவர் வெளியே போகக்கூடாது என்பதையும் கவனியாமல் போய் பார்த்தபோது, ரொம்ப வயதான ஒரு குறக்கிழவி தகரக் குவளையுடன் பரிதாபமாக படியில் சாய்ந்து இருப்பதைக் கண்டு ஏற்பட்ட மனக்கிளர்ச்சியில் உள்ளே வந்து காக ரூபத்தில் வரும் பிதுர்க்களுக்கு; அதாவது தம் குடும்ப முன்னோர்களுக்குப் போட வைத்திருந்த பிண்டத்தையும் தீர்த்த கலசத்தையும் எடுத்து வந்து உருண்டையைக் கரைத்து கிழவியின் குவளையில் ஊற்றுகிறார். கிழவி குடித்துவிட்டு வாயார வாழ்த்துகிறாள். இதைக் கண்ட 'பிராமணாள்' வாத்தியாரும் திடுக்கிட்டு அபசாரம், அக்ரமம் என்று கூவிக்கொண்டு வஸ்திரம், கும்பம், தட்சிணை இவற்றை மறக்காமல் எடுத்துக்கொண்டு இனி அங்கே இருக்கக்கூடாதெனப் போய்விடுகிறார். மனைவி அவரிடம் செய்த காரியத்தைப் பற்றிப் பேசியபோது, அவர் 'வாசலில் பார். அம்மாவே உருவெடுத்து வந்திருப்பதை' என்கிறார்.

இதைவிட புரட்சிகரமான கதை எதுவும் இருக்க முடியாது என்பது என்னளவில் எனக்கு நிச்சயம். கதை எவ்வளவு வேகம் கொண்டிருக்கிறது. பாரதி, மாதவையா, வ.ரா. ஆகிய மூன்று பிராமண முற்போக்கு சமூகச் சீர்திருத்தவாதிகளுக்கு ஒரு படி மேலே போய்விட்டார் கு.ப.ரா. என்ற தனிமனித வாத, கலை, அழகியல்வாதி - பிரச்சார தம்பட்டம் அடிக்காமலேயே... இதுதான் கலைத்துறை சாதனை.

சிறுகதை மணிக்கொடியில் எழுதும் முன்பே கு.ப.ரா. மணிக்கொடி முத்திரைக் கதைகளை எழுதி இருப்பதைக் கவனிக்க வேண்டும். இதுபோல் ஒவ்வொரு மணிக்கொடிக்காரரும் முன்பு தனியாகச் செய்ததெல்லாம் மணிக்கொடிக்குள் கூட்டு முயற்சியாக

செய்யப்படவேதான் மணிக்கொடி முத்திரை என்பது கருதப்பட்டது. வார மணிக்கொடியிலும் சில நல்ல கதைகள் வந்தன. இவற்றிற்குப் பிறகு சிறுகதை மணிக்கொடிக்கு கு.ப.ரா. 'சிறுகதை' என்ற கதையுடன் வருகிறார். கதையின் தலைப்புக்கு ஏற்றபடியே லட்சணமான சிறுகதை. கதைக்குள் கதை சொல்வதும் ஒரு கதைக்கு இரண்டுவிதமான விடுவிப்புக் கொடுப்பது ஆகிய உத்திகள் கையாளப்படுவது. ராமையாவின் 'வார்ப்படம்', பிச்சமூர்த்தியின் 'புருஷன் எழுதின கதை'. இந்த இரண்டின் உத்தி இனத்தைச் சேர்ந்த கதை இது. இன்ப முடிவு, துன்ப முடிவு என்று கு.ப.ரா. எழுதி இருந்தாரே அதுக்கு உதாரணமாக அமைந்தது. ஒரு கதையை இரண்டுவிதமாகவும் திருகி விடலாம். ஆனால் எது அந்தக் கதையின் உத்தேசத் திட்டத்துக்குப் பொருத்தமாக அமைந்திருக்கிறது தக்க ஆதாரத்துடன் என்றுதான் பார்க்க வேண்டும். இந்தக் கதையில் கதை சொன்ன மனைவி சுப முடிவு கொடுக்கிறாள். கணவன் அது பிடிக்கவில்லை என்று சொல்லிவிட்டு சோக முடிவு கொடுக்கிறான். மனைவி தனக்கு அந்த முடிவு பிடிக்கவில்லை என்று வாழ்க்கையில்தான் கஷ்டம் என்றால் கதையில் கூடவா கஷ்டப்படவேண்டும்; அதிலாவது மாற்று வேண்டும் என்கிறாள். கதை வாழ்க்கையைப் பிரதிபலிப்பது என்று கணவன் சொல்லவும், அப்படியானால் அதைக் கதை என்று சொல்வதில் அர்த்தம் இல்லை என்கிறாள். கதைக்குள் வந்த கதையில், ஒரு பெண்ணின் அழகால் ஒரு காமுகனால் அவளுக்கு ஏற்பட இருந்த ஆபத்து பற்றிய சம்பவ சித்தரிப்பில் அவளுக்கு அது ஏற்படாமல் எப்படி சமாளிப்பு ஏற்பட்டது என்பதுதான் கதை. கணவனது சோக முடிப்பு சிலருக்குப் பிடிக்கும். சிலருக்கு மனைவியின் முடிப்பு பிடிக்கும். எனக்கு

மனைவியின் முடிப்புதான் பொருத்தமாக புதுமையாகப் பட்டது.

அடுத்த கதை ‘காதலே சாதல்’ முன்னதிலிருந்து மாறுபட்டது. காதல் விஷயம் கு.ப.ரா. வுக்கு இஷ்டப் பொருள். மணிக்கொடிக்காரர்களில் ராமையாவும், கு.ப.ராவும் அதை அதிகம் கையாண்டவர்கள். மாமன் மகள், அத்தை மகள் முறை, உறவு பிரியம் எங்கள் எல்லோருக்குமே பிரியமான விஷயமும் கூட. அதிலே ஏற்படும் விரிசல்களை ராமையாவின் ‘மலரும் மணமும்’மிலும் கு.ப.ராவின் ‘காதலே சாதல்’ லிலும் காண்கிறோம். இந்தக் கதை ‘டிராஜிக்’ என்கிற சோக முடிவானதாக இருந்தாலும், ‘மெலோடிராமாட்டிக்’ என்கிற வலிந்து புகுத்தின விபரீத விளைவுப் பாங்காக அமைந்திருப்பதாக எனக்குப் படுகிறது. சில கதைகள் முடிவுகளில் இந்தவித முடிவு தவிர்க்க முடியாததாக ஆகிவிடும். இந்தவித முடிவு இலக்கியங்களில் கூறப்பட்டிருப்பது சகஜம்தான். டிராஜடியைவிட கூடுதலான அதிர்ச்சி வாசகனுக்கு விளைவிக்கும் சக்தி வாய்ந்ததுதான். அது சரியானதாகவே படக்கூடியதும்தான். ஆனாலும் டிராஜடி இதைவிட மேம்பாடானதாகும். அதில் உள்ள தவிர்க்க முடியாமை சிறப்பித்துவிடும், மெலோடிராமாவில் இது தவிர்த்திருக்க முடியுமே என்ற எண்ணத்தை நிழலாக எழுப்பும். சிறுவயதில் அத்தை மகன் மாமன் மகள் அன்பு உறவில் பழகியவர்கள் மணந்துகொள்ள முடியாமல் போய், அவள் வேறு ஒருவருக்கு வாழ்க்கைப்பட்டு கணவன் கொடூரத்துக்கு ஆளாகி வாழ்பவள். அவளது கலியாணத்தன்றே மனம் வெறுத்து வீட்டை விட்டு வெளியேறி பரதேசியாகப் போய்விட்டவனை, சில ஆண்டுகள் கழித்துச் சந்தித்தபோது இருவருக்கும்

ஏற்பட்ட உணர்ச்சிக் குழப்பத்திடையே தவிக்கையில், வீண் சந்தேகம் கொண்டுவிட்ட கணவன் மனைவியின் கழுத்தை நெரிக்க அதைத் தடுக்கும் முயற்சியில் அவனைத் தாக்க அந்த இடத்தில் கணவன் இறந்துவிட இதைப் பார்த்துக்கொண்டிருந்த அவளுக்கு அதிர்ச்சியால் புத்தி பேதலித்து விட அவனுக்கு தீவாந்திர சிட்சை கிடைக்கிறது. உணர்ச்சித் தீவிர நிலையில் இப்படி நேருவது சாத்யம்தான் என்றாலும், கொலை மரணம் தவிர்க்கப்பட்டு வேறுவித சோக முடிவே கொடுத்திருக்கலாமே, இன்னும் சிறப்பாக இருந் திருக்குமே என்று எனக்குள் குறுகுறுப்பு. போகட்டும்.

அடுத்த கதை 'வீரம்மாளின் காளை'. மிகச் சிறந்த கதை. துறைக்கே புதுவிதமான விஷயாம்சம் கொண்டது. மதுரை பக்கத்துக்காரரான ராமையாவும் நானும் எங்கள் பிரதேச தனிச் சிறப்பு வீர விழாவான ஜல்லிக்கட்டு பற்றிய கதையை எழுதுமுன்பே, கும்பகோணத்துக்காரரான கு.ப.ரா. மதுரை மேலூர் பக்கத்தில் வேலை பார்க்க ஏற்பட்ட வாய்ப்பால் இந்தக் கதையை எழுதிவிட்டார். இதுவும் மாமன் மகன், அத்தை மகள் உறவு கதைதான். விபரீத விளைவு முடிவு கொண்டது. முன்னது பிராமண சமூகம், இது முறைமை மணத்துக்கும் வீரம், உக்ரத்துக்கும் பேர் போன தேவர் சமூகம். அவனுக்கும் அவளுக்கும் பரிசம் போட்டிருந்த கட்டத்தில் ஜல்லிக்கட்டு விழா வருகிறது. அவளுடைய தகப்பனின் நின்னு குத்திக் காளையை யாருமே பிடிக்க முடியாது என்று வீறாப்பு பேசியதைக் கேட்ட எதிர்கால மருமகன் சிரித்து மாமன் சவாலை ஏற்றுக்கொண்டு காளை மீது பாய்ந்து அணைத்து அதன் கழுத்துத் துண்டை பற்களால் அவிழ்த்து காளையை அடக்கிவிட்டு காளை விட்டு விலகும்

முயற்சியில் அவன் பிடித்த மரக்கிளை தாழ நேரே காளையின் கொம்புகளில் உடல் இறங்கி காளையின் கொம்பால் குத்தப்பட்டு இறக்கப் போகும் சமயத்தில் அவளிடம் தன் கையிலிருந்த ரத்தம் தோய்ந்த துண்டை கொடுத்துவிட்டு இறந்து விட்டான். வீடு வந்த அவள் தன் மடியில் கிடந்த துண்டுடன் அதிர்ந்துபோய் உட்கார்ந்திருந்தபோது தன் மச்சானின் ரத்தக்கறை கொம்புகளுடன், 'வீடு திரும்பி வந்த, தான் வளர்த்த காளையைப் பார்க்கவும்' புடிபட்ட கழுதைக்கு ரோஸம் வேறேயா என்று ஆத்திரத்தோடு வேல்கம்பை எடுத்து அதன் மேல் பாய்ச்சுகிறாள். இது ஒரு 'டிராஜிக்' கதைதான். மணம் ஆக இருந்த அவன் மரணம் சோகமானது. ஆனால் காளை மீது அவள் வீசிய வேல் கம்பு! மிருக இயல்புக்கு அதன் மீது பழியா? நான் ஜீவ இம்சை தடுப்புக் கொள்கையாளனாகப் பேசவில்லை. ஆனால் வீரச்சுவையிலும் காதல் சுவையிலும் எதுவும் நியாயம் என்பது என் நினைவுக்கு வந்து, இதுக்கு சமாதானம் கொண்டுவிடுகிறது. 'என்ன தைர்யம்' என்ற அடுத்த கதை கணவன் மனைவி பிணக்கு, அல்லது ஊடல் பற்றியது. மென்மையான உளவியல் கதை. தீவிர உணர்ச்சிகளை உக்ரமாக வெளிப்படுத்தும், மோதச் செய்து கடும் விளைவு தரும். கு.ப.ராவிடம் இந்த நளினமும் உண்டு. பின்னால் இந்த மாதிரி கதைகள் எழுதி இருக்கிறார். மணிக்கொடியில் கடைசிக்கதை 'ஸ்டூடியோ கதை' இது புதுவிதமான கதை. அப்போது வளர்ந்து வந்த சினிமாத்துறை விஷயம். நடிப்பு லட்சியத்துடன் நடிக்க முற்பட்ட படித்த பெண், பார்வதியாக நடித்த மெய்மறதி நிலை யில் டைரக்டர். ஜனரஞ்சகக் கவர்ச்சிக்காக நடை, உடை பாவனைகள் இப்படி இருக்க வேண்டும் என்று வற்புறுத்தி அவளைச் சொல்லியும் கேளாது, அவளையும்

உடைகளையும் தொட்டு சரிப்படுத்த முற்பட்டபோது, அவள் சீறி தன் கையிலிருந்த நகையை அவர்மீது வீசி எறிந்துவிட்டு ஸ்டூடியோவை விட்டு வெளியேறி விடுகிறாள். கலைத்துறைக்கும் ஒழுக்கம், கவுரவம், மானத்துக்கும் இடையே பொருந்தாத் தன்மையைச் சுட்டிக் காட்டுவது கதை.

இந்த மணிக்கொடி கதைகள் அன்று புதுவிதமான உள்ளடக்க உருவ அமைப்பு கொண்டிருந்தன. ராமையா, பிச்சமூர்த்தி இருவரிலிருந்து மாறுபட்ட விஷய உள்ளடக்கம், பார்வை கொண்டிருந்தன. இவை மூன்றாவது பரிமாணம் சேர்த்து மணிக்கொடி முத்திரைக் கதைகள் ஆயின.

புதுமைப்பித்தன்

மணிக்கொடி குழு அமைந்த விதம் விசித்திரமானது. அதில் சிலர் சென்னையில் ஏற்கெனவே இருந்தவர்கள். வ.ரா. ராமையா முதல் பிரிவினர். பிச்சமூர்த்தி, கு.ப.ரா இருவருமே தஞ்சை ஜில்லா கும்பகோணத்தைச் சேர்ந்தவர்கள். இவர்களை அடுத்து வரும் புதுமைப்பித்தன் என்ற சோ. விருத்தாசலம், திருநெல்வேலி மாவட்டத்தைச் சேர்ந்தவர். மணிக்கொடி, சுதந்திரச்சங்கு போலவே, மறுமலர்ச்சி வளர்ச்சியில் ஈடுபட்ட மாதமிருமுறை பத்திரிகை பின்னால் 'தினமணி' ஆசிரியராக இருந்த டி. எஸ். சொக்கலிங்கம் நடத்தி வந்த 'காந்தி' சுதந்திர இயக்க காலத்தில் காலணா 'சுதந்திரச்சங்கு' போலவே செயல்பட்டு தேசியத்துக்குப் பங்கு செலுத்தியது. பிறகு அது மாதமிருமுறை பத்திரிகையாகி அரசியல், கதைகள், கட்டுரைகள், கார்ட்டூன் போட்டு தமிழ் மொழிக்கு பணிசெய்த சொக்கலிங்கம் தேசியவாதி, பத்திரிகையாளர் மட்டுமல்ல; இலக்கியவாதியும் கூட. ராமையா ஆனந்த விகடன் பத்திரிகையில்

முதல் கதை எழுதிய பிறகு, 'காந்தி'யில் சில கதைகள் எழுதி இருந்தார். முப்பதுகளின் மறுமலர்ச்சியில் சொக்கலிங்கத்துக்கும் கணிசமான பங்கு இருந்தது என்பதை இன்றைய வாசகர்கள் தெரிந்துகொள்ள வேண்டும். அவரது 'காந்தி'யில் புதுமைப்பித்தன் முதலில் எழுதி இருப்பதாகவும் அடுத்து 'மணிக்கொடியிலும்' எழுதி இருப்பதாகவும் ரகுநாதன் எழுதி இருக்கிறார்.

ஊரிலிருந்து எழுத ஆரம்பித்த சில மாதங்களில் சென்னைக்கு வந்த சோவி காரைக்குடி சென்று காரைக்குடியில் சொ. முருகப்பா நடத்திய குமரன் பத்திரிகையில் கொஞ்ச காலம் இருந்து, நீங்கி சென்னைக்கே வந்துவிட்டார். ஆக 1934-ம் ஆண்டில் புதுமைப்பித்தன் காந்தி, மணிக்கொடி, குமரன், ஜோதி ஊழியன் ஆகிய பத்திரிகைகளில் கதைகள் எழுதி இருக்கிறார். ராமையாவின் 'சிறுகதை' மணிக்கொடியின் முதல் இதழில் அவர் 'துன்பக் கேணி'யுடன் ஆரம்பிக்கும் முன் முப்பது கதைகளுக்கு மேல் நாற்பதுக்குள் எழுதி இருப்பதாகத் தெரிகிறது. போதிய தகவல் கிடைக்காததால் திட்டமாகச் சொல்ல முடியவில்லை. 'புதிய ஒளி' என்ற அவரது கதைத் தொகுப்பில் உள்ள இருபத்தொன்பது கதைகளில் இருபத்தி மூன்று 1934-ல் எழுதப்பட்டவை. சுதந்திரச்சங்குவில் இரண்டு ஆக இருபத்தைந்து நிச்சயம். சுமார் பத்து மணிக்கொடிக்காரர்களில் அதிகபட்சம் கதைகளை மணிக்கொடிக்கு முன் எழுதியவர் அவர்தான். ஒரு படைப்பு வேகத்துடன் செயல்பட்டிருக்கிறார். அதோடு புதுவித சோதனைகள் செய்து பார்க்கவும் முற்பட்டிருக்கிறார். இந்தச் செயல்பாட்டில், முயற்சியில் அவர் எவ்வளவு நடைபழகி இருக்கிறார் என்பதை இந்தக் கதைகளிலிருந்து நிதானிக்க முடிகிறது.

இந்தச் சிறு கட்டுரையில் அவை பற்றிய விவரமான ஆராய்ச்சி சாத்யமில்லை. அவரது மணிக்கொடி சாதனை பற்றிய கணிப்புதான் இங்கே முக்கியம். அதாவது அவர் எழுத்துப்போக்கு அதுக்கு முன்பு எப்படி இருந்தது என்பதைக் கோடி காட்டத்தான் முடியும். மணிக்கொடிக்காரர்கள் எல்லோருமே சோதனைக்காரர்கள். இதிலே உயர்வு தாழ்வு இல்லை. ஒவ்வொருவர் சோதனை வெவ்வேறு விதம். இன்று அடித்துச் சொல்கிறேன். மணிக்கொடிக்காரர்களில் ஒருவர் கதைப் போக்கை மற்றவர் எழுதியதில்லை. எழுதவும் முடியாது. அவரவர் உலகம், பார்வை, உத்தேசம், மதிப்பு, வெளியீடு, அனுபவம், நடைபாணி, வர்ணனை, தோரணை தனித்த விதமானது. இதை இன்றைய வாசகர் அறிந்துகொள்ள வேண்டும். வாசகர்களுக்கு நானாவிதப் படைப்புகளை ரசிக்கும் மனப்பக்குவம்தான் வேண்டும். தனக்குப் பிடித்ததை முன்வைத்துக்கொண்டே மற்றவற்றைத் தள்ளிவிடக் கூடாது. அது ரசிகத்தன்மை ஆகாது. புதுமைப்பித்தன் சோதனையும் தனிவிதம். அவருக்குத் தனிவிதமாக எழுத வேண்டும் என்ற மன எழுச்சி இருந்திருக்கிறது. இந்தவித எழுச்சி ஏற்பட ஒன்றுக்கு மேற்பட்ட காரணங்கள் உண்டு, ஒவ்வொரு படைப்பாளிக்கும். முதலாவது அவனது இலக்கியப் பயிற்சி, படிப்பு பாதிப்பு. இரண்டாவது வாழ்க்கையில் ஏற்படும் அனுபவம். இந்த இரண்டையும் இணைத்து உழன்று அதிலே இருந்து கிடைக்கும் படைப்புலக வாழ்க்கைத் தோற்றம் அவரவர் படித்தது அவரவர் அனுபவத்தைப் பாதிக்கும். படைப்பில் அந்தப் பாதிப்பு தொனிக்கும். புதுமைப்பித்தன் படித்த புத்தகங்கள், அவரைக் கவர்ந்த புத்தகங்கள் அந்தக் காலத்துக்குத் தனிவிதமானவையாக இருந்திருக்க வேண்டும்.

உதாரணத்துக்குச் சொல்கிறேன். 1934ல் 'சுதந்திரச் சங்கு' வாரப் பதிப்பில் (1-6-34) அவர் எழுதி இருந்த 'ராமனாதன் கடிதம்' என்ற கதை. இந்தக் கதை அவரது முதல் கதையாக இருந்திருக்க முடியாது. 17-10-33ல் மணிக்கொடி வாரப் பதிப்பு ஆரம்பம். அதுக்கு இரண்டு மாதம் கழித்து 'சங்கு' ஆரம்பம். காந்தி சற்று முந்தியதாக இருந்திருக்கிறது. 'குமரன், ஊழியன்' சமகாலமாக இருக்கும். புதுமைப்பித்தன் கதை எதுவும் 1933ல் வெளிவந்ததாகத் தெரியவில்லை. 'காந்தி'யில் ஏதாவது வந்திருந்தால்தான். 'புதிய ஒளி' புத்தகத்தில் பதிப்புரையில் 'புதுமைப்பித்தன் எழுதத் துவங்கிய காலத்தில் எழுதப்பெற்ற ஆரம்பகாலக் கதைகளாகும்' என்று எழுதப்பட்டிருக்கிறது. அவை அத்தனையும் 1934 கதைகள் என்று ஒவ்வொரு கதைக்கும் ஆண்டு குறிக்கப்பட்டிருக்கிறது. 'புதுமைப்பித்தன் வரலாறு' எழுதிய ரகுநாதனும் குறிப்பிடவில்லை. எனவே புதுமைப்பித்தன் முப்பத்தி மூன்றில் கதை எழுதி இருக்கலாம். ஆனால் வெளிவந்த முதல் கதை முப்பத்தி நாலில்தான் என்று எடுத்துக்கொள்ள வேண்டி இருக்கிறது. வேறு தகவல் கிடைக்கக்கூடுமானால் பிறகு பார்த்துக்கொள்ளலாம். அந்தத் தகவலால் இந்தக் கட்டுரை பாதிக்கப்பட மாட்டாது இருக்கட்டும்.

'ராமனாதன் கடிதம்' என்ற கதை 1934 மத்தியில் வெளி வந்தது. படித்து வேலை கிடைக்காமல் பணம் இல்லாது மனம் முறிந்து தற்கொலை செய்துகொள்ளும் கதை. கடிதம் எழுதும் பாணியில் மனவோட்ட வெளியீட்டு உத்தி கையாளல். அது முழுக்க முழுக்க நனவோடை உத்தி. ராஜம் அய்யர் 'கமலாம்பாள்' நாவலில் இந்த உத்தி அறியாமலேயே ஒரு இடத்தில் கையாண்டிருக்கிறார். புதுமைப்பித்தன் உத்தி அறிந்து கையாண்டிருப்பதாகப்

படுகிறது. 1963 நவம்பர் 'மணிக்கொடி'யில் நனவோடை உத்தி கையாளலுக்குப் பெயர் பெற்ற ஜேம்ஸ் ஜாயிஸின் கதை ஒன்றைத் தழுவி எழுதி க.நா. சுப்ரமண்யம் அறிமுகப்படுத்துவதற்கு இரண்டு ஆண்டுகளுக்கு முன்பே புதுமைப்பித்தன் ஜாயிஸின் கதைகளையோ நாவலையோ படித்திருக்க வேண்டும் என்பதை இந்தக் கதை உத்தி நிரூபிக்கிறது. அந்த உத்தி புதுமைப்பித்தனுக்கு ஜாயிஸ் மூலம் கிடைத்தது அல்ல என்று சொல்லக்கூடுமானால் புதுமைப்பித்தனிடம் அந்த உத்தி அவர் அறியாமலே உருவாகி, அவரது கடைசிக் கதை கயிற்றரவு வரை அவர் கையில் சுயமாக வளர்ந்திருக்கிறது என்றுதான் முடிவுகட்ட வேண்டும். எதானாலும் சரி, புதுமைப்பித்தன் எழுத்துப்போக்கின் நூதனம் இந்தக் கதை மூலம் வெளிப்பட்டது.

இலக்கிய சோதனை முயற்சிகளில் (எக்ஸ்பெரிமெண்ட்) இறங்குபவன் கையாளும் முறை, வழிவகைகள் ஒரு விஞ்ஞான ஆராய்ச்சியாளன் மாதிரிதான். பின்னவனுக்கு லேபரட்டரி சாதனம் புறப்பட்டறை. முன்னவனுக்கு அவனது வாழ்க்கை அநுபவ சேமிப்பு சாதனம், அகப்பட்டறை. எனவே அந்தந்தப் படைப்பாளியின் அகவுலகம் என்ன வீச்சு, ஆழம், கனம், நோக்கு கொள்கிறதோ அதுக்கு ஏற்பத்தான் அவன் படைப்புலகம் ஜீவன் உள்ளதாக உருவாகி இயங்கும், புதுமைப்பித்தன் இயக்க உலகம் இதுவரை குறிப்பிட்ட 'மணிக்கொடி' மூவர்களிலிருந்தும் முற்றும் வேறுபட்டது. இன்னொரு விஷயம். தடம் போன வழியில் போவதில் ஆபத்து இராது. புதுத்தடம் போட விரும்புபவனுக்கு ஆபத்துகள் உண்டு. எல்லா மணிக்கொடிக்காரர்களுக்கும் இது இருப்பதுதான் என்றாலும் புதுமைப்பித்தன் முன் பேராபத்துகளுக்கு

வாய்ப்பு உண்டு. மேல்நாட்டுச் சிறுகதை இலக்கியப் பரிச்சயம் புதுமைப்பித்தனுக்கு அப்போதே கூடுதலாக இருந்திருப்பது அவரது மொழிபெயர்ப்புகள், சில தழுவல்களிலிருந்து தெரிகிறது. அதோடு அவரது கதைகளில் அதன் பாதிப்பும் தெரிகிறது. இயல்பாக, சிரமமாக உள்ள மனித சுபாவங்களைவிட இயல்பு விரோத, விபரீதமான, முறை பிறழ்வான, மனித சுபாவ சித்தரிப்புகள் அவருடைய படைப்புகளில் எடுப்பாக இருப்பதைக் காணலாம். அதுவரை தமிழில் கையாளப்படாத கதைக்கருக்கள். இந்த வித முயற்சிகள், மேல்நாட்டுக் கலாச்சார, நாகரிக, மனவாழ்வு ரீதியில் எந்த அளவுக்கு இயல்பாகப் பொருந்தி இருக்கிறதோ நமக்குத் தெரியாது. அதை அவர்கள்தான் விளக்க வேண்டும். ஆனால் நம் நாட்டுக் கலாச்சாரம் இத்யாதி அம்சங்கள் எந்த அளவுக்கு நம் படைப்பு நோக்கோடு இயைந்தவை, பொருந்தியவை, இயல்பானவை என்று நாம் பார்க்க வேண்டித்தான் இருக்கிறது. அப்போது அவை நமக்கு ஒட்ட முடியாத ஆபத்து ஏற்படுகிறது. பித்துக்குளி, சமாதி, செவ்வாய் தோஷம், பயம், கொலைகாரன் கை, தேக்கங் கன்றுகள், அந்த முட்டாள் வேணு, கனவுப் பெண் போன்ற இன்னும் சில கதைகளைக் குறிப்பிடுகிறேன். புதுமைப்பித்தனுக்கு ஆரம்பம் முதலே பயங்கரம் - கோரம் சுவையில் ஈடுபாடு இருந்திருக்கிறது. நிச்சயமாக அவை நமக்கு இயல்பானதாக இல்லை. அவரது ஆரம்பகாலச் சிறுகதைகளில் இது ஒரு அம்சம். வேறு பல அம்சங்களையும் கையாண்டிருக்கிறார். குடும்பம், விதவை விஷயம், தேசியம், ஹரிஜன பிரச்னை, துரோகம், கணவன் மனைவி சுபாவ உறவு. கஞ்சத்தனம் இப்படிப் பல விஷயங்களைக் கொண்ட அந்தக் கதைகளைப் பார்க்கிறோம். ஆனால், அவற்றில்

ஒரு சிலதான் குறிப்பிடும்படியானவை, சிறந்தவை, தலை சிறந்தவை என்று கருதும்படியானது எதுவும் எனக்குப் படவில்லை. ஆனால் பேரார்வ சோதனை முயற்சி தெரிகிறது. நொண்டி, மாயவலை. இரண்டு உலகங்கள், கபந்தனும் காமனும், தெரு விளக்கு, ராமனாதன் கடிதம், பாட்டியின் தீபாவளி, பறிமுதல் ஆகியவை அவரை இனம் காண வைத்தன. இவற்றோடு மற்றவர்களிடம் காணாத ஒரு நடைபாணி, வர்ணனைப் பாங்கும் வெளிப்பட்டது. அவர் நடையில் ஒரு பாய்ச்சல் இருந்தது. இறுக்கம், அழுத்தம் தெரிந்தது. வர்ணனைப் பாங்கு தோரணைதான் நூதனமாக இருந்தது. ராமையா, பிச்சமூர்த்தி, கு.ப.ரா. ஆகியவர்களின் வர்ணனைப்பாங்கு வெவ்வேறு தோரணையில் இருந்தாலும், ஒரு பொதுமை இருந்தது. அதாவது இயல்பும், அதே சமயம் கற்பனைத் தரமும் இழைந்து இருந்தது. வர்ணிக்கப்படும் பொருள்களுக்கு உரிய இயல்பான அம்சங்களை அடிப்படையாகக் கொண்டு கற்பனையை அந்தப் போக்கிலேயே கலந்தார்கள். ஒரு ‘பாஸிடிவ்’ என்கிறோமே விலக்கில்லாத, பரிவர்த்தமான, அநுகூலமான அதாவது வக்கிரமில்லாத, கிரமத்தை அநுசரித்ததாகவே இருந்தன. ஆனால் புதுமைப்பித்தன் வர்ணனை வழி ‘நெகடிவ்’ என்கிற எதிர்மறையான, இயல்பு மீறிய, வக்கிரமானதாக, கிரம மீறலாக, திருகலாக இருந்தது. முன்னவர்கள் வர்ணிப்பில் வளத்தன்மை தொனிக்கும். இவரதில் வறட்சித் தன்மை தொனிக்கும். நேராகப் பார்க்காத, கோணலான, நல்லதாகப் பார்க்காததாக, மோசமானதாகவே படும் பார்வை கொண்டதாக இருப்பதை இந்த ஆரம்பக் கதைகளிலேயே தெரிகிறது. இதனால் சுடுசொல், இகழ்தல், நையாண்டி, பழிப்பு, ஏளனப் பரிகாசம், உறுத்தல் ஆகிய அம்சங்கள் அடங்கிய (‘ஸர்காஸ்டிக்’) இழிப்புச் சுவையானதாகவே

அவரது தனிச்சிறப்பு வெளியீட்டு விதமாக இருந்தது. பின்னால் இந்தத் தன்மை அவர் கதைகளுக்கு ஒரு தனித்தன்மையைப் ஏற்றிச் சிறப்பாக்கியது. அவரது உவமான உவமேய படிமப்பிரயோகமும் புதுவிதமாக இருந்தது. புதுக்கவிதையில் தர்மு சிவராமுவின் தனித்த படிமைத்தன்மை போல. இன்னொரு குறிப்பிட்ட தன்மையை அவரது ஆரம்பக் கதைகளிலேயே பார்க்க முடிந்தது. அதுதான் சமூக அக்கறை. ஆனால் அந்த அக்கறை தார்மீகக் கோப அடிப்படையில் இருந்தாலும் விரக்தி, கசப்பு, ஆத்திரம், வெறுப்பு இவற்றை அடிப்படையாகக் கொண்டு பழிப்பாகவும் இழிப்பாகவும் சாபமாகவும் குதர்க்கமாகவும் ஏளன பரிகாசமாகவும் வந்து விழுந்திருக்கிறது. இந்த ஆரம்பப் பார்வை போகப்போக வளர்ந்து தீவிரமாகி பின்வந்த கதைகளின் மூலாதார சுருதியாகி இருப்பதைக் காண்கிறோம். இது அவரது தனித்தன்மைக்கு தனித்த படைப்பு குணமாக அமைந்துவிட்டது. இனி மணிக்கொடி கதைகளைப் பார்ப்போம்.

சிறுகதை 'மணிக்கொடி'யின் முதல் இதழில் 'துன்பக்கேணி' என்ற கதையுடன் ஆரம்பிக்கிறார் புதுமைப்பித்தன். இந்தக் கதை முதல் மூன்று இதழ்களில் 'நமது தொடர்கதை' என்று ஒவ்வொன்றிலும் 'பூர்வகதை சுருக்கம்' போட்டு வெளிவந்தது. சிறுகதை மணிக்கொடிக்கு ராமையா ஆசிரியர். புதுமைப்பித்தன் பத்திரிகைக்கு விஷயம் சகாயம் செய்தவர்களுள் ஒருவர். தன் கதைக்கு தலைப்பும் விஷய ரகத்துக்குப் பிரிவுப் பெயரும் கொடுத்திருக்க வேண்டும். எனவே 'தொடர்கதை' என்பதை அவரே 'தொடரும்' போட்டுக் கொடுத்திருக்க வேண்டும். அல்லது ஒரே இடத்தில் இருந்த அவரும் ராமையாவும் சேர்ந்து கொடுத்திருக்க

வேண்டும். ராமையா மட்டும் போட்டிருக்க முடியாது. அவர்கள் இருவருக்குமே அது சிறுகதையாகப் படவில்லை என்பது தெரிகிறது. உண்மைதான். இது சிறுகதை இல்லை. நீண்ட கதையும் இல்லை. குறுநாவலும் இல்லை. சொல்லப்போனால் பதினான்கு குட்டி அத்தியாய நம்பர்கள் போட்டு எழுதப்பட்டிருந்த துன்பக்கேணி ஒரு மிக நீண்ட கதையாக ஆகி இருக்கவேண்டிய ஒரு நாவலின் கதைச்சுருக்கம். கதை எங்கோ ஆரம்பித்து எங்கோ போய் முடிகிறது. எனவே சிறுகதை உருவத்துக்கு ரொம்ப மீறிய இந்தக் கதையை நாம் எடுத்துக்கொண்டு ஆராய வேண்டியதில்லை. அவரது முதல் மணிக்கொடி கதை சிறுகதைக்குப் பங்கு செலுத்திய கதை அல்ல. ஆனால், முந்தின ஆண்டில் அவர் எழுதி இருந்த சிறுகதைகளைவிட ஒரு நிதானம், வர்ணிப்பு திறன், கதை சொல்லும் திறன், நடை, சமூக அக்கறை முதலியவை வளர்ந்திருப்பது காண்கிறது.

இரண்டாவது இதழில் சொ. விருத்தாசலம் என்ற பெயரில் எழுதி இருந்த 'டாக்டர் சம்பத்' என்ற துப்பறியும் கதை சுவாரஸ்யம், புதுமை கொண்டிருந்தாலும் சாதாரணமான கதைதான். மணிக்கொடி முத்திரைக்கு உரியதாகக் கருத முடியாது.

மூன்றாவது கதை (9வது இதழ்) 'ஞானக்குகை'யில் புதுமைப்பித்தன் மணிக்கொடி முத்திரைக் கதையை எழுதிவிட்டார். இதுவரை பயங்கரம், கொலை, பிசாசு, பீதி இவற்றை வைத்து கதைக் கருக்களைக் கையாண்ட அவர் இதில் ஒரு மதிப்பு அர்த்தம் ஏற்றிவிட்டார். இது குறியீட்டுக் கதையாகிவிடுகிறது. ஊமைப்பையன் வாய்திறந்து பேசுவது சாத்யமாகாத நிலையில் அவனுக்கு ஏற்பட்ட அனுபவத்தில் ஒரு 'விஷன்' என்கிற தரிசனக் காட்சி கிடைத்ததில் உயிரைவிட

மேலானதான மனிதனின் அதிகபட்ச லட்சியத்தை ஞானத்தை எட்டிவிட்ட நிலையில் அவன் உடல் அழிவுக்கு மேலான ஞானோதயம் பெற்றுவிடுகிறான். இதுதான் என்னை பாதித்த அவரது முதல் கதை. இதில் உருவம், உத்தி, மொழி நடை, கதையம்சம் மதிப்பு எல்லாம் சரியாக அமைந்து புதுமைப்பித்தனின் முதல் குறிப்பிடத்தக்கதாக உயர்ந்த கதையாகிவிடுகிறது. எந்த ஒரு கதையின் சிறப்பும் அதன் பொருளை நயமாக வெளிப்படுத்துவதில்தான் இருக்கிறது.

இதை அடுத்து பதினொராவது இதழில் வெளிவந்த 'சில்பியின் நரகம்?' அவரை முந்தின கதையைவிடப் பல மடங்கு உயர்த்தி அவரது தலைசிறந்த முதல் கதையாக அமைந்துவிட்டது. அது எவ்வளவு புதுமையானது! அது அவ்வளவு உயர்ந்த மன கர்ப்பாதாரணம் (கன்ஸெப்ஷன்). எந்த ஒரு விஷயத்துக்குமே மூன்றாம் பார்வை என்று உண்டு. ஒரு பொருள் பற்றி இருவர் பார்வைகள் இருப்பது இயல்பு. இரண்டும் எதிர்த்துக்கொள்ளும், மறுப்பு கொள்ளும், மூர்க்கமாகத் தன் பார்வைக்குச் சமமாகக் கட்சி பேசும். மூன்றாம் பார்வை என்று அதில் குறிப்பிடும்போதுதான் விவகாரத்தில் உள்ள நியாயம், உண்மை மதிப்பு வெளிப்படும். கலைஞன் பார்வை என்பது தனித்த விஷயம். அது உலக சுபாவத்துக்கே ஒட்டாமலும் போய்விடும். அழகையே ஒரு தரிசனமாக நடராஜ சிலையை உருவாக்கிய சிற்பியின் மனம் அதில் லயித்துப்போய் இருந்த நிலையில், அந்தச் சிலையின் லோகாயத உபயோகம் பற்றி, அவனது போக விருப்ப மனமுள்ள ஒரு நிரீஸ்வர யவனனும் ஒரு பக்தி மன இந்தியத் துறவியும் இரு கோணங்களில் தம் உத்தேசத்தை அவனிடம் பேசியதின் விளைவான அதிர்ச்சியில் மூன்றாவதான தன் உத்தேசம் புறக்கணிக்கப்பட்டதைக்

கண்டு அதிர்ந்துபோகிறான். ஒரு பயங்கர கனவு உத்தி கதை விடுவிப்புக்குப் பயன்படுத்தப்பட்டிருக்கிறது. தலைசிறந்த ஒரு சிறுகதையின் லட்சணங்களை அடக்கியுள்ள இந்தச் சிறுகதை தலைசிறந்ததாகும்.

பிச்சமூர்த்தி ஒரு சிறுகதையில், 'தென்னை மரமேறி தேங்காய் பிடுங்குவோன், கிணற்றிலும் மூழ்கி பாத்திரம் எடுக்கிறான்', 'கொம்பேறி வாள் போரும் வேலையும் கீழ்நோக்கி நீரில் மூழ்கி வசித்தாலும் ஒவ்வாத தொழிலல்ல', 'கொம்மையும் கிணற்றையும் பிணைப்போம்... நாங்களோ கலைஞர்' (கொம்பும் கிணறும்) என்றபடி கலைஞனுக்கு எந்த விஷயமும் படைப்புக்கு மூலப்பொருள் ஆகும். முந்தின கதையில் 'அழகியல்' அடிப்படையில் கலைஞனாகப் பேசிய புதுமைப்பித்தன் இதில் வாழ்வியல் அடிப்படையில் சமூகக்காரனாகப் பேசுகிறார். சமூகத்தில் இரட்டை நாக்குடன் பேசுவதும் பேச்சுக்கும் செய்கைக்கும் முரணாக நடந்துகொள்வதால் இழிகேடு பற்றியது 'வாழ்க்கை' சிறுகதை. உலக உய்வுக்கு வழிசொல்லும் தத்துவப் பிரசங்கம் அல்லது சம்பாஷணைக்குப் பின், அதுக்கு நேர் முரணாக, புயல் மழைக்கு அஞ்சி குழந்தையுடன் ஓடிவந்து அந்த மண்டபத்துக்கு வந்தவளை ஏறவிடாமல், மனிதாபிமானம் இல்லாமல் விரட்டி அடித்த அறிவாளித்தனத்தை இழித்துச் சுட்டுவது. கதையே இல்லாமல் குறைந்தபட்ச சம்பவத்தை வைத்துப் பின்னப்பட்ட நயமான சிறுகதை.

இதுக்குப் பின் இருபத்தி மூன்றாவது இதழில் வெளி வந்தது பிரம்மராக்ஷஸ். புதுமைப்பித்தனது பேய், பயங்கர 'காஞ்சனை' கதையைப் படித்த ஒருவர், அதைப் பாராட்டியதுக்கு அவர் வார்த்தைகளை வைத்துக்கொண்டு ஜனங்களை பயம் காட்டுவது

ரொம்ப லேசு என்பதைக் கண்டுகொண்டேன் என்று குறிப்பிட்டிருக்கிறார். 'பிரம்மராக்ஷஸ்' கதை அந்த பயம் ஊட்டும் சுவாரஸ்யமானது என்பதுக்கு மேல் அதில் குறிப்பிடும்படியாக கதைப்பொருளோ மதிப்போ கிடையாது. பயங்கர ரசம் சிறப்பாக வெளியீடு கொண்டிருக்கிறது. வர்ணனைச் சிறப்பு குறிப்பிடத்தக்கது. நடையும் கூட.

அடுத்த சிறுகதை 'விநாயக சதுர்த்தி' யில் புதுமைப்பித்தன் 'சில்பியின் நரகம்' பாணியைக் கையாளுகிறார். மணிக்கொடிக்காரர்களில் சமுதாயப் பார்வை என்று முத்திரை குத்தும் அளவுக்கு அதிகபட்சம் அந்த நோக்கில் பல சிறுகதைகளைப் பின்னால் எழுதியவர் புதுமைப்பித்தன். அழகியல், தத்துவம், கலை, ஒழுக்கம், உளவியல், உணர்ச்சி முதலியவற்றில் உள்ள அக்கறையை மணிக்கொடி கதைகளில் உணரலாம். 'சில்பியின் நரகம்' மில் கலைஞன் உத்தேசம் புறக்கணிக்கப்பட்டதில் ஏற்பட்ட சீற்றம். இதில் தான் உருவாக்கிய அழகிய கலைப் பொருளைத் தானே அழித்துவிட்டுத் திரும்பத் திரும்ப இப்படியே செய்துகொண்டிருக்கும் ஒரு தூய கலைஞனின் ரொம்ப அழகாக அமைந்து இருந்த கலைப்பொருளை அவனது லோகாயதமான மனைவி அவனுக்குத் தெரியாமல் காசுக்கு விற்றுவிட்ட, கலை மனவேதனையில் வெறிபிடித்தவனாக அந்தக் கலைப்பொருளைத் தேடிச் சென்று தூக்கிக்கொண்டு ஓடி, அவனை விரட்டி வந்தவர்களுக்குத் தப்பி ஓடியும் அகப்பட்டுக்கொள்ளும் பயத்தில் அந்தக் கலைப் படைப்போடு கசத்துக்குள் இறங்கி மூழ்கிவிடுகிறான். முன்னதில் கலைப்பொருள் துஷ்பிரயோகம்; பின்னதில் கலைப்பொருள் வியாபாரம். இந்த இரண்டுக்கும் வசம் படாதவன் தூய கலைஞன். இந்த லௌகீக உலகத்தின்று

வேறுபட்டு நிற்பவன் அவன்.

சங்க காலம் முதல் புலவர்களின் தரித்திர திசை பற்றித் தெரிந்ததுதான். கூழுக்கே பாடிய இரண்டாயிரம் ஆண்டு பழம் பெருமை நமக்கு மரபானது. பாரதியையும் தாண்டி இன்றைக்கும் அந்தச் சாபமோ பாபமோ நம்மைத் தொடரத் தவறவில்லை. எனவே ஏழ்மையைக் கதைக் கருவாகக் கொண்டு ஏதாவது ஒரு சுயசரித சாயல் கதையை எழுதாமல் தப்ப முடியாது. 'ஒரு நாள் கழிந்தது' இந்த ரகக் கதை. 'சாகாவரம் பெற்ற' கதைகள் எழுதும் எழுத்தாளனுக்கு ஒரு பழைய பாக்கி காரணமாகத் தீப்பெட்டி கூட கடனுக்கு கடைக்காரன் தர மறுத்துவிட்ட நிலையில், கடைக்காரனுக்குத் தர தவணை சொல்லி அவரைப் பார்க்க வந்த இலக்கிய நண்பரிடமிருந்து மூன்று ரூபாய் கடன் கேட்டுக் கிடைத்த அரை ரூபாயை, மனைவியின் வற்புறுத்தலால் மறுவேளை காப்பிப் பொடி வாங்க நேர்ந்த பரிதாபம்தான் கதை. இதை அடுத்த கதையில் 'ஞானக்குகை', பிரம்ம ராக்ஷஸ் ஆகிய ரகக் கதைக்குத் திரும்புகிறார் புதுமைப்பித்தன். 'வேதாளம் சொன்ன கதை' பெயரை வைத்து இதுவும் 'பயங்கர' கதை என்று எதிர்பார்க்கத் தோன்றும். ஆனால் பயங்கரம் இங்கே ஹாஸ்யமாக ஆகிவிடுகிறது. திரேதாயுகத்தில் பிறந்த அந்த வேதாளம் கலியுகத்தில் ஒரு முயல் ஓடிய சத்தத்தைக் கேட்டு பயத்தில் நடுங்கி கூவிக்கொண்டு மனிதனைக் கட்டிக்கொள்கிறது! இதில் வேதாளம் கதை சொல்லவில்லை. வேதாளத்தின் பரிதாபக் கதையைக் கேட்கிறோம்.

அடுத்த கதை 'மனித யந்திரம்'. இதுவரை மணிக்கொடியில் எழுதியவற்றிலிருந்து முற்றிலும் மாறுபட்டது. இரண்டு மாறுபட்ட மன ஓட்ட மோதல் சித்தரிப்பு. ஒரு யந்திரம்

மாதிரி ஒரு மளிகை ஸ்டோர்ஸ் குமாஸ்தாவாக காலை எழுந்தது முதல் இரவு அகாலத்தில் படுக்கப் போகும் வரை ஒரு யந்திரச் சுழல் போல வாழ்க்கை நடத்தி வந்த முதலாளி விசுவாச, நேர்மையான, கடமை பொறுப்புள்ளவராக நடந்து வந்து ஒரே முறை வாழ்க்கையில் மரத்துப் போனவருக்குள் நீறு பூத்த நெருப்பு ஊதிவிடப்பட்டதாக, ஒரு சில கண மன உளைச்சலில் அவரே எதிர்பாராது ஏற்பட்ட ஒரு திடீர் எழுச்சியில் தன் வாழ்க்கையை உயர்த்திக்கொள்ளும் ஆசை யில் கடைப் பணத்தை எடுத்துக் கொண்டு கொழும்புக்கு ஓடி விட உத்தேசத்தில் ரயிலில் ஏறி உட்கார்ந்த சமயம் அவரது போலீஸ்கார நண்பரைச் சந்திக்க ஏற்பட்ட அதிர்ச்சியில் எழுந்த மனக் குழப்பத்தில், பின் விளைவு நடுக்கத்தில் மனம் தளர்ந்து ரயிலிலிருந்து இறங்கி கடையைத் திறந்து அன்றைய செலவைத் தன் பற்றாக எழுதிவிட்டு வீடு திரும்புகிறார். வெகு நயமான சித்தரிப்பு. நல்ல உளவியல் கதை. மணிக்கொடி முத்திரை கொண்டது.

இதுவரையில் ஆவி, பேய், பிசாசு. பிரம்மராக்ஷஸ், வேதாளம் ஆகியவற்றை வைத்து அமானுஷ்ய பாத்திர, சம்பவங்களை வைத்து வாசகர்களை பயமுறுத்திய புதுமைப்பித்தன், காலதேவனையே பூமிக்குக் கொண்டு வந்து ஒரு தொண்டுக் கிழவியால் பயமுறுத்தப்படுகிறான். அதுதான் ‘காலனும் கிழவியும்’ கதை. ‘வேதாளம் சொன்ன கதை’யில் வேதாளமும் நடுங்கிப்போய் மறுபடியும் தொடர்ந்து முருங்கை மரத்தில் ஏறி தலைகீழாய்த் தொங்கத் துவங்கியது. இதில் சாவு நெருங்கிய கிழவியின் கேள்விகளுக்குப் பதில் சொல்ல இயலாமல் அவள் பரிகாசத்தால் முறியடிக்கப்பட்டு, மார்க்கண்டன், சாவித்திரி

இருவரிடமிருந்தும் கிடைத்த தோல்விகள்கூட பெரிது இல்லை என்று இந்தப் பேரடியைத் தாங்க முடியாமல் அவளைக் கொண்டுபோகத் தோன்றாமல் கையைப் பிசைந்து கொண்டு வெளியேறிவிடுகிறான். அற்புதமான கதை. இருபதாம் நூற்றாண்டு, புதுப் புராணக் கதை. பின்னால் அவர் எழுத இருந்த 'சாப விமோசனம்' கதைக்கு முன்னோடி. இதில் இழையும் தத்துவச்சரடு அழுத்தமானது. மரணத்தின் சக்தியும் ஒரு எல்லை அளவுக்கு தான்.

சிறுகதை மணிக்கொடியில் புதுமைப்பித்தனின் கதைகள் 'துன்பக்கேணி' யில் ஆரம்பித்து 'நாசகாரக் கும்பல்' முடிய பனிரெண்டு கதைகளுடன் முடிகிறது. இந்தக் கதை புதுமைப்பித்தனின் சமுதாயக் கண்ணோட்டத்துக்குச் சிறந்த திருஷ்டாந்தமாகும். ஆரம்ப கதை துன்பக்கேணியும் இதேபோலத்தான். அதன் களம் கொழும்பு. இதன் களம் நம் தமிழகம். அதில் இங்கிருந்து பிழைப்புத் தேடி கொழும்பு போய் சமுகச் சூழலில் நாசப்படுத்தப்பட்டவள். இதில் கொழும்புவிலிருந்து தாயகம் திரும்பி வந்து தன் கிராமத்தில் வாழவந்து சமூகச் சூழலில் நாசப்படுத்தப்பட்டவன். இரண்டு சோக முடிவுகளும் சமூகச் செயல்களின் விளைவு. தனி மனிதர்களின் கொடுமை, அநீதி இரண்டுக்கும் மேலாக சமூக வக்ர விசித்திரங்களைத் தூக்கலாகக் காட்டியவர்களில் புதுமைப்பித்தன் முதல் படைப்பாளி. இந்தக் கதை பொருள் சிறப்பு கொண்டது என்பதில் சந்தேகமே இல்லை. ஆனால், சிறுகதை என்று வருகிறபோது 'துன்பக்கேணி' போலவே ஒருமிப்பு தளர்ச்சி கொண்டிருக்கிறது. சிறுகதை எல்லையைத் தாண்டிவிட்ட உணர்வு ஏற்படுகிறது படிக்கும்போது எங்கேயோ ஆரம்பித்து எங்கோ போகும் ஒரு திசைத்

திருப்படி தடம் விலகல் படுகிறது, 'துன்பக்கேணி' போலவேதான். இந்த இரண்டையும் சிறுகதைகள் என்பதை விட நல்ல கதைகள் என்று எடுத்துக்கொண்டு பார்க்கும்போது நமக்குத் திருப்தி கிடைக்கிறது.

புதுமைப்பித்தனின் இந்தப் பனிரெண்டு கதைப் படைப்புகளும் தமிழ்ச் சிறுகதை இலக்கியத்துக்கு முன்பு குறிப்பிடப்பட்ட பரிமாண சேர்க்கைகளுடன் இன்னும் ஒன்றாகச் சேர்ந்த பரிமாணமாகும் என்பதுடன், தனி விதமானது என்பதும் குறிப்பிடத்தக்கதாகும். அதைச் சுட்டிச் சொல்ல இடம் அளிப்பது அவரது நூதன பார்வைதான். எந்த ஒரு படைப்பாளிக்கும் ஒருவிதத் திருகல் பார்வை இருந்தால்தான் சுயமான கற்பனைப் படைப்பு சாத்யம். என்றாலும் ஒருவித எதிர்மறையான பார்வைதான் அவருடையது. 'வக்ரமானது' என்று கூடத் தோன்றும் உலகத்து நடப்பு வக்ரங்களைக் கண்டு வெகுண்டதில்தான் அவரது பார்வை (*angle*) உண்டாகி இருக்கிறது. இதை அவர் வலிந்தோ பாவனையாகவோ செய்யவில்லை. இயல்பாகவே அவரது ரத்தத்தில் ஊறிப்போன ஒரு பார்வையாகக் காண்கிறது.

பெ.கோ. சுந்தரராஜன்

மணிக்கொடி சிறுகதைக் களத்தில் இன்னொரு பரிமாணத்தைச் சேர்த்தவர் பெ.கோ. சுந்தரராஜன். இன்றைய தலைமுறை 'சிட்டி' என்ற புனைபெயரில்தான் அவரைப்பற்றி அதிகம் தெரிந்துகொண்டிருக்கும். அந்தப் புனைபெயரில் அவர் எழுதியுள்ள நகைச்சுவைக் கட்டுரைகள் கூடுதலானவை. அந்தவித கட்டுரைகள் அவருக்குப் பின் யாராலும் எழுதப்படாதவை. அவற்றின் அமைப்பு தனிவிதமானது. அந்த மாதிரி எழுதியவர்கள் ஆங்கில மொழி இலக்கியத்தில் பலர் அந்தக் காலத்தில் உண்டு. அதைத் தமிழுக்கு அறிமுகப்படுத்தியவர் அவர். கல்கி ரா. கிருஷ்ணமூர்த்தியின் நகைச்சுவைக் கட்டுரைகளுக்கும் இவற்றிற்கும் வித்தியாசம் உண்டு. நகைச்சுவை கட்டுரைகள் போலவே நகைச்சுவை கவிதைகளும் 'வில்லி' என்ற புனைபெயரில் எழுதியவர். ஆங்கிலத்தில் *parody* என்கிற பகடி ரக கவிதைகள் இனத்தைச் சேர்ந்தது. அவர் மணிக்கொடி அவாந்த கார்டே சிறுகதையாளர்களில் ஒருவர் என்பது இன்றைய தலைமுறைக்குத் தெரியாது. அதுக்குக் காரணங்கள்

உண்டு. சில விமர்சகர்கள் பட்டியல்களில் அவர் பெயர் காணப்படாதது ஒன்று. அவர் கதைகள் முழுதும் புத்தகமாக வராதது மற்றொன்று. மூன்றாவது அவர் சிறுகதைகள் அதிகம் எழுதவில்லை என்பது. இதனால் அவர் மணிக்கொடிக் குழுவில் குறிப்பிடத்தக்கவர் இல்லை என்று ஆகிவிடாது. அவரும் எங்களிடையே சோதனைக்காரர். ஒரு குறிப்பிட்ட புதிய பரிமாணத்தை மணிக்கொடி மூலம் சேர்த்தவர். அது எங்களுக்கு நிச்சயம். வ.வே.சு. அய்யரின் ஏழெட்டுக் கதைகள்... குறிப்பாக, ‘குளத்தங்கரை அரசமரம்’ தமிழ்ச் சிறுகதைத் துறைக்கே வித்திட்டு, இடம் பெற்றிருக்கிறார். அவரை விடவும் மௌனியை விடவும் அதிகக் கதைகள் எழுதியிருப்பவர். நான் இதுவரை ஆராய்ந்துள்ள ராமையா, பிச்சமூர்த்தி, கு.ப.ராஜகோபாலன், புதுமைப்பித்தன் ஆகிய நால்வரிடமிருந்து மாறுபட்ட புதுவிதப் படைப்புப் பார்வையுடன் புதுவிதக் கதைகளை எழுதி வளம் விளைவித்தவர் அவர்.

மனோதத்துவம் (ஸைகாலஜி) இலக்கியப் படைப்புக்கு இன்றியமையாத அம்சம் ஆகும். அதாவது அறிவாலும் உணர்ச்சியாலும் பாதிக்கப்பட்டு மனித மனதில் நிகழும் மனவோட்டம், அக, புறச் சூழ்நிலை, அனுபவங்களால் உணர, சிந்திக்கச் செயல்பட வகை செய்யும் எண்ணப் பாங்கு, மனிதனின் சுபாவம், நடத்தை, நோக்கு, மதிப்பு இவற்றிற்கெல்லாம் மனோதத்துவம் உந்துதல் தரக்கூடியது ஒரு இயல் கொள்கை. ஒரு காரியம் அல்லது சம்பவத்தின் விளைவுக்கு முழு பலாபலன். அழுத்தம், சாதகம், பாதகம் இவற்றிற்கு அநுசரணையாக உதவும் மனச் சூழ்நிலை நிச்சயம் ஏற்படக்கூடிய ஒரு கண வாய்ப்பை உண்டாக்குவது இந்த உளவியல் ரீதியான பார்வைதான். செய்யும் காரியம், நடக்கும்

சம்பவம் இரண்டுக்கும் காரணமான நோக்கம், எது தூண்டுகோல் ஆகியவற்றை இந்த உளப்பாங்கு ரீதியாக விளக்குவது, ஆராய்வது, பாடாந்தரம் சொல்வது இந்த இயல் மூலம் சாத்யமாகும். இலக்கியத்தில் கதா சம்பவ நிகழ்ச்சி வர்ணனையை விட கதாபாத்திரங்களின் மனவோட்ட வர்ணனையைக் கொண்டே கதை பின்னுவது சிலாக்யமானதாகக் கருதப்படுவதுண்டு. எனவே சம்பவக் கதை மனோதத்துவக் கதை என இரண்டு அடிப்படைப் பாகுபாடுகள் உண்டு. இப்படிச் சொல்வதால் ஒன்றில் மற்றது இருக்காது என்பதல்ல; சம்பவமும் மனவோட்டமும் இழைந்து இருப்பதுதான் சிறந்த படைப்புக்கு அழகு. ஆனால் எது தூக்கலாக, உத்தியாக அதிகபட்ச அளவுக்குக் கையாளப்பட்டிருக்கிறது என்பதுதான் முக்கியம். சமயம் வரும்போது இவற்றை விவரமாக விளக்கிக்கொள்ளலாம்.

நாம் முன்பு பார்த்த நால்வர் கதைகளிலும் இரண்டும் சிறப்பாக இழைந்துதான் காணப்படுகிறது. பெரும்பாலும் கதையம்சம் என்பதை முதன்மையாக வைத்துக்கொண்டு அதில் அழுத்தம், கனம் ஏற்றி கதா சம்பவ நிகழ்ச்சிக்கு முக்யத்துவம் கொடுத்து அதுக்குத் தேவையான அளவு எண்ண அலைகளை எழுப்பிக் கதையை நடத்திச் செல்வது ஒரு முறை. சம்பவம், நிகழ்ச்சிகளை அடிப்படையாகக் கொண்டாலும் அவற்றைப் பின்தள்ளி வைத்து மனவோட்ட எண்ணங்களுக்கு முக்யத்துவம் கொடுத்து கருத்துக் கோவை மூலமே சம்பவ, நிகழ்ச்சி உணர்த்தல் மூலம் கதை பின்னுதல் இன்னொரு முறை.

மணிக்கொடியில் இந்த இரண்டாவது வகை கதை பாணியை விசேஷமாகத் தம் கதைக் கொள்கையாகவே கையாண்டவர் மூவர். பெ. கோ. சுந்தரராஜன், ந. சிதம்பர சுப்ரமண்யன், சி. சு. செல்லப்பா. இந்த

மூவருடைய கதை எழுத்துப் போக்கும் முந்தைய நால்வரிலிருந்து அடிப்படையில் மாறுபட்டது. இங்கே ஒரு எச்சரிக்கை. இந்தப் பாகுபாடு ஒரு வசதிக்காகச் செய்யப்பட்டது. ஒரு பிரிவு என்ற அளவுக்குத்தான். பின் ரக கதைகளை முன்னவர்கள் எழுதி இருக்கிறார்கள். முன் ரக கதைகளைப் பின்னவர்கள் எழுதி இருக்கிறார்கள். கதைப் பாணியைச் சுட்டிக்காட்டத்தான் இந்தப் பிரிவினை விதிவிலக்குகள் இரண்டு தரப்பிலும் உண்டு.

சுந்தரராஜனின் 'புரியாத கதை' என்ற சிறுகதையில் வரும் எழுத்தாள கதாபாத்திரம் பேசும் வாக்யங்கள் பின் வருமாறு: 'விஷயம் ஒன்றுமில்லாவிட்டாலும் ஏதாவது ஒரு சம்பவத்தை வைத்துக்கொண்டு மனோதத்துவ சித்திரம் ஒன்று சிருஷ்டி செய்துவிடலாம் என்று தீர்மானித்தேன். நான் வெறும் வார்த்தைகளைத்தான் கொட்டிக்கொண்டிருந்தேன். கதையில் அதிக சம்பவங்கள் இல்லாதது ஒரு காரணம். நான் கைக் கொண்ட மனோதத்துவ நிலை வர்ணனையில் எனக்கு ஏற்பட்ட சிரத்தை ஒரு காரணம்.' இந்தக் கருத்து கதாசிரியரின் கருத்தேதான். கதைக்கு விஷயம் இல்லாது போனாலும் பரவாயில்லை. ஒரு சின்னச் சம்பவமே போதும். அந்தச் சம்பவத்தை வைத்தே ஒரு 'மனோதத்துவ சித்திரம்' படைத்துவிடலாம் என்ற கருத்தை, முதல்முதலாக வெளிப்படுத்தியவர் சுந்தரராஜன். அதோடு தான் கைக்கொண்ட மனோதத்துவ நிலை வர்ணனையில் அவருக்கு ஏற்படும் சிரத்தையும் வெளிப்படுகிறது. தற்கால மேல்நாட்டுச் சிறுகதைகளுடன் நெருங்கிய பரிச்சயம் செய்துகொண்டுள்ள அவர் மனதில், 'ஸைகலாஜிகல்' சிறுகதை என்ற பிரிவு பதிந்திருக்கிறது. ரஷ்ய ஆண்டன் செகாவ், ஆங்கில கேதரின் மேன்ஸ் ஃபீல்ட்

போன்றவர்கள் இந்த விதச் சிறுகதைகளை அற்புதமாகக் கையாண்டிருக்கிறார்கள். சிறுகதைக்குக் கதையம்சம் கனம், சம்பவ அழுத்தம், உக்ரமான மனமோதல், கடும் அதிர்ச்சி தரும் விடுவிப்பு, எழுச்சியூட்டும் மிகு உணர்ச்சி இயல் ரீதியான வர்ணனைப் பாங்கு, படிமப்பிரயோகம், விபரீதமான டிரமாடிக் கதை முடிவு, இத்யாதிகள்தான் பிரதம அம்சங்களாக இருந்து வந்ததிலிருந்து மாறுபட்டு குறைந்தபட்ச கதையம்சம், அற்ப சம்பவம், மென்மையான மனமோதல், அமைதியான சித்தரிப்பு, யதார்த்தமான படிமப் போக்கு, ஒரு கணநேர சிலிர்ப்பு, உருக்கம், லேசான அதிர்வு, திகைப்பு, மனக்கிலேசம் ஏற்பட்டு மறுகணமே சகஜ நிலை அல்லது மன அமைதி கொள்ளும் மனப்பாங்கு முதலியவை கொண்டதாக இருக்கும். இந்த விதச் சிறு கதைகளிலும் சோகபாவம் தொனிக்கலாம். ஆனால் 'மெலோ டிராமாடிக்' என்ற வலிந்து அமைக்கப்பட்ட விபரீத உக்ர வேகமான, நாடகத் தன்மையான கதையம்ச சம்பவ விடுவிப்பு இருக்காது. மனப்போக்காக உணர்ச்சி ரீதியான விடுவிப்பாகத்தான் இருக்கும். இதில் மன வோட்டமே கதைப் பின்னலாக இருக்கும். சம்பவ பின்னல் இருக்காது. சம்பவங்கள் மனவோட்டமாக எண்ணங்களாக, நினைவுகளாக, சிந்தனைகளாக உருத்திரிபு கொண்டுவிடும்; ரசவாதம் செய்யப்பட்டு தூலத் தோற்றக் காட்சியை விட சூக்குமத் தோற்ற மன நிழல் காட்சியாகிவிடும். கண்ணால் உணர்வதைவிட மனதால் உணரக்கூடியதாக இருக்கும். இப்படி இன்னும் பல தன்மைகளை இதில் காணலாம். எனவே இந்த வித உளவியல் ரீதிக் கதைகளால் பாதிக்கப்பட்ட சுந்தரராஜன் அதுக்கே முக்யத்வம் கொடுத்துக் கதைகளை உருவாக்கினார். அப்போது முப்பதுகளில் இந்த மாதிரி சிறுகதைகள் அபூர்வமாகத்தான் இருந்தது.

சிறுகதைத் துறையே அப்போது நமக்குப் புதுசுதானே. இனி சுந்தரராஜன் மணிக்கொடி கதைகள் சேர்த்த இன்னொரு பரிமாணத்தைத் தெரிந்துகொள்வோம்.

சிறுகதை மணிக்கொடியில் முதல் கதையான ‘ரப்பர் பந்து’ எழுதுமுன் அவர் கலைமகள் பத்திரிகையில் இரண்டு கதைகளும் சுதந்திரச்சங்கு வாரப் பதிப்பில் ஒரு கதையும் எழுதி இருக்கிறார். கலைமகள் கதைகளில் ஒன்று மட்டும் எனக்கு நினைவில் இருக்கிறது; ‘கௌரவ நாசம்’ என்ற கதை. உள்ளடக்கத்துக்கு வ.வே.சு. அய்யரின் குளத்தங்கரை அரச மரம் பாணியில் இருந்தது. இருந்தாலும் குறிப்பிடும்படியாக இல்லை. ‘சுதந்திரச்சங்கு’ வில் எழுதிய கதை ‘காணாமற் போன கன்று’ பண்ணைக்காரர் வீட்டு மாடு மேய்க்கும் சிறுவன் ஒரு பசுவையும் அதன் கன்றையும் தவறவிட்டு விடுகிறான். அதுக்காகத் தன் குடிகாரத் தகப்பனிடம் கடும் அடிவாங்கி ஓடிப்போய் இருட்டில் அவற்றைத் தேடிச் சென்று ஒரு புதரில் விழுந்துவிடுகிறான். வலியால் அழுதுகொண்டிருந்தபோது பண்ணையார் அங்கே வந்த சமயம், ஒரு மாட்டின் குரல் கேட்டு சப்தம் வந்த இடம் சென்று பார்த்தபோது, ஒரு முள் புதருக்குள் கன்று விழுந்து இருப்பதையும் புதருக்கு வெளியே தாய்ப்பசு அதையே பார்த்துக்கொண்டிருப்பதையும் கண்டு கன்றை மீட்டுக் கொண்டு வருகிறான். கதை சரியாக இருக்கிறது. ஆனால் இன்றைய பார்வையிலிருந்து தனித்துக் குறிப்பிடும்படியானதாக இல்லை. வார மணிக்கொடியில் அவர் கதைகள் எழுதி இருக்கிறாரா என்பதும் எனக்குத் தெரியவரவில்லை. எதானாலும் சுந்தரராஜனும் மணிக்கொடிக்கு வருமுன் சிறுகதையில் நடைபழகி இருப்பதை உணர முடிகிறது. நிறைய ஆங்கிலத்தில் அதுக்கு முன் ஒருவர் எழுதி இருந்தாலும்

ஆங்கிலக் கதைகளைப் பலர் படித்திருந்தாலும் தமிழில் எழுத முற்படும்போது சிறுகதையாளர்களுக்கு அந்த ரீதியில் கதை உருவாக்க, மொழி நடை கையாள சாதகம் பண்ணத்தான் வேண்டி இருக்கிறது. மொழி வசப்படவும் அனுபவங்களைக் கருத்துகளாக மாற்றம் செய்யவும் உழைக்க வேண்டி இருந்தது. இதுக்கு நான் ஒரு வழி கையாண்டேன். அதை என்னைப் பற்றி வரும்போது குறிப்பிடுகிறேன். அதை சுந்தரராஜன் முன்னால் செய்திருக்கிறாரோ என்னமோ.

'ரப்பர் பந்து' கதையில் அவர் கைத்திறன் இருக்கிறது. நான் ஏற்கெனவே சொல்லி இருக்கிறேன். குடும்பச் சூழ்நிலையை வைத்து எழுதப்படும் கதைகள் அத்தை மகள், மாமன் மகள் மண உறவு விஷயம் அந்தக் காலத்துக்கு ஒரு உவப்பான கதை விஷயம். சுந்தரராஜனும் அதுக்குத் தப்பிக்கவில்லை. ரப்பர் பந்து அந்த உறவு பற்றியது. 'மலரும் மணமும்' போல் சிறுவன் - சிறுமி விளையாட்டுப் பருவம், அதிலே குழந்தை சண்டை, ஏசல், பேசல், கேலிகள் விளையாட்டு விவகாரம். ஆனால் ராமையா கதைபோல ஆழ்மை, கனம், தீவிரநிலைக்கு விளைவுக்குக் கொண்டு போகப்படவில்லை. வளர்ந்த அவர்களிடையே ஜாதகம் பார்த்ததில் பொருத்தம் இல்லை என்று பெரியோர் முடிவு செய்யவும் விஷயம் அதோடு நின்றுவிட்டது. அந்த உறவு முறிந்ததில் இருவரும் அதை சீரியஸாக எடுத்துக்கொள்ளவில்லை. ஆனால் அவர்கள் இருவரோடு சிறுவயது விளையாட்டுத் தோழனாக இருந்த பையன், வளர்ந்து கல்லூரியில் படிப்பவன். அவர்களிடையே மண உறவு ஏற்பட முடியாமல் போனதை அறியவரவும் அவனும் அதை சகஜமாக எடுத்துக் கொண்டு விடுகிறான். ஆனால் அந்தப்

பெண்ணிடம் வீட்டில் பேசிக்கொண்டிருக்கையில் அவள் மீது பிரியம் நிழலாக விழுகிறது. அப்போது அந்தப் பெண்ணின் தாயார் அவனுடைய ஜாதகத்தை வாங்கிப் பார்க்கத்தான் அந்தப் பெண்ணின் தந்தை போயிருப்பதாகச் சொல்கிறாள். அவன் திடுக்கிட்டு அவர்களிடம் மேலே எதுவும் பேசாமல் வீட்டுக்குப் போகிறான். தன் தாயிடம் ஜாதகத்தைக் கொடுக்கவேண்டாம் என்று சொல்கிறான். அவன் தடுப்பதைக் கண்டு திகைத்த தாய் அவனை வியப்புடன் பார்த்துக்கொண்டிருக்கும்போது, அவன் இழுத்து இழுத்துப் பேசி காரணம் சொன்னதும் தாயால் அவன் மன நிலையை உணர முடிகிறது. இங்கே ஒரு நயமான 'ஓ ஹென்றி டச்' அதாவது எதிர்பாராத ஒரு வியப்பு (ஸர்பிரைஸ்) விடுவிப்பு தரப்பட்டிருக்கிறது. ஓ. ஹென்றி பிரபல அமெரிக்கச் சிறுகதை ஆசிரியர். தலைசிறந்த உலகச் சிறுகதையாளர் மூவரில் ஒருவர். மற்ற இருவரும் செகாவ், மாப்பஸான். அவரது கதைகளில் இந்த எதிர்பாராத 'ஸர்பிரைஸ்' விடுவிப்பு சிறப்பாக அமைந்திருக்கும். இந்த எதிர்பாராத வியப்பு எல்லா கதைகளுக்கும் அமைந்த குணம் என்றாலும் அதை விசேஷமாகக் கையாண்டிருப்பவர்களுக்கு தனிச்சிறப்பு உண்டு. எப்படி 'ஐரனி' என்கிற விபரீத முரண் அணி பெரும்பாலான கதைகளுக்குச் சிறப்பு ஏற்றுவது என்றாலும், நாவலாசிரியர் தாமஸ் ஹார்டி இந்த உத்தி கையாளலுக்குப் பெயர் பெற்றவராகவும், நம் தமிழ்ச் சிறுகதையில் பி.எஸ். ராமையாவும் கருதப்படுகிறார்களோ அதேபோலத்தான். ஆனால் இந்த வியப்பு விடுவிப்பு பெரும்பாலும் இன்ப முடிவு கதைகளுக்குத்தான் அதிக பொருத்தமானது. ஐரனி அதாவது விபரீத முரண் சோக முடிவுகளுக்குப் பொருத்தமானதுபோல. சுந்தரராஜன் 'சிட்டி' என்ற புனைபெயரில் நகைச்சுவைக் கட்டுரைகள்,

சம்பவங்கள் எழுதியவர். ஆதலால் அதன் பாதிப்பை அவர் கதைகளில் காண முடிகிறது. சாதுர்யத்தால் நளினமாக அமைந்த நகைச்சுவை *(quaint humour)* பாங்கு அவர் கதைகளில் ஒரு இனிய, களிப்பூட்டும் தன்மையானதாக இருக்கும். அவரது கதைகளில் வரும் சம்பாஷணைகள் ரம்மியமாக இருக்கும்.

மணிக்கொடியில் அவரது அடுத்த கதை ‘சௌந்தர்யமே சத்தியம்’. ஆரம்பகால மணிக்கொடி சிறுகதையாளர்கள் எவரெஸ்டுக்கும் ஏறுவார்கள், படி தடுக்கியும் தடுமாறுவார்கள். இந்தக் கதை படிதடுமாறிய கதை. தன் நண்பன் பென்சிலில் வரைந்த ஒரு அழகிய பெண் ஓவியத்துக்கு வர்ணம் தீட்டி மேலும் அழகுபடுத்திய சக ஓவிய நண்பன், பரிசு பெற்ற அந்தப் படத்தை வரைய தன் நண்பனுக்குக் கடற்கரையில் தூண்டுதலாக இருந்த பெண்ணை பின்பு தற்செயலாகச் சந்திக்க நேர்ந்தபோது, அந்தப் படத்துக்கு அவளிடமிருந்து கிடைத்த பாராட்டில் அதை தானே வரைந்து வர்ணம் தீட்டியதாகச் சொல்லிவிட அவர்களிடையே காதல் மலர்ந்து மணமாகிவிடுகிறது. அவன் தன் நண்பனிடமே தான் செய்ததை ஒத்துக்கொண்டு விடுகிறான். நண்பன் மனதில் தனக்குக் கிடைத்திருக்க வேண்டியவள் பறிபோனது கலக்கம் ஏற்படுத்துகிறது. நண்பனை விட்டு விலகிப்போய் ஓவியத்தில் ஆழ்ந்து ஈடுபட்டு பிரபல வர்ண ஓவியனாகவும் புகழ்பெற்று விடுகிறான். இதன்பின் நண்ப ஓவியன் மனைவிக்குக் கணவனிடமிருந்தே உண்மை தெரியவருகிறபோது அவளுக்கு அதிர்ச்சி ஏற்படுகிறது. இந்த இடத்தில் கதை ஒரு விடுவிப்பு பெற்றிருந்தால் அச்சாவான சிறுகதையாக அமைந்திருக்கும். ஆனால் இந்தக் கதைக்கு அதுக்கு பிராப்தம் இல்லை. கதை எப்படியோ

போய் விபரீதம் ஏற்பட்டு 'மெலோ டிரமாடிக்' ஆகி 'சென்டிமென்டலிடி' என்கிற மிகை உணர்ச்சியும் ஏறி தற்கால சினிமா பாணியில் முடிகிறது. 'சில்பியின் நரகம்,' 'வானம்பாடி' போல் வெகு நயமாக வந்திருக்க வேண்டிய கதைக்கு நேர்ந்த கதியை நான் அடிக்கடி பின்னால் நினைத்துக்கொண்டதுண்டு. ஆனால் எங்கள் ஐம்பதாண்டு உறவில் இந்தச் சிறுகதை பற்றி சுந்தரராஜனிடம் பேசியதே இல்லை. கதை வெளியான பிறகு பேசிப் பயனில்லையே. புதுமைப்பித்தனின் 'துன்பக் கேணி', 'நாசகாரக் கும்பல்' போல சிறுகதைக்கு மீறிப் போய்விட்டது. தக்க உத்தி கையாளப்பட்டிருந்தால் ஒருவேளை இவை காப்பாற்றப்பட்டிருக்கலாமோ என்னமோ. இதை இன்று எனக்குச் சொல்லத் தோன்றுகிறது. அன்று? நான் ஒரு கற்றுக்குட்டிதானே. உத்தி என்கிற சொல்லே எனக்குத் தெரியாதே!

இதை அடுத்து வந்த 'பெண்மையின் மனம்' கதையும் மென்மையானதுதான். குடும்பப் பெரியவர்களிடையே ஏற்பட்ட தகராறு காரணமாக இளம் கணவன் - மனைவி சுமுக உறவு ஏற்படாத நிலையில் தனிமையில் மன சங்கடப்பட்டுக்கொண்டிருந்தவன் 'மனைவியைக் கொண்டுவந்து விடாவிட்டால்' - என்ற எச்சரிக்கையுடன் எழுதி தபாலில் போடப்போகும் சமயம் அவன் குடியிருந்த வீட்டில் ஒரு புத்திக் கூர்மையுள்ள சிறுமியின் அபிமான வார்த்தைகளால் அந்தக் கடிதம் தபாலில் போடப்படாமல் தவிர்க்கப்படுகிறது. அந்தச் சிறுமி அதோடு நின்றுவிடாமல் அவன் மனைவி தானாகவே அவனிடம் வந்து சேரும்படியாக அவனுக்குத் தெரியாமல் செய்த சாதுர்ய காரியம் அவனை வியப்பில் ஆழ்த்துகிறது. இதுவும் நளினமான கதை விஷயம். நயமாக எழுதப்பட்டிருந்தாலும் கடைசி

மூன்று நான்கு பாராக்கள் தவிர்க்கப்பட்டிருந்தால் முழு சுத்தமாக இருந்திருக்கும். நான் அப்போது அவர் கூட இருந்திருந்தால் அவற்றை வெட்டிவிடச் சொல்லும் விவேகம் எனக்கு அன்று இருந்திருக்கக் கூடுமோ என்னவோ... தெரியாது.

அடுத்த கதை 'ஜானகி'. சாதாரணமாக ஆசிரியர் - மாணவி உறவு என்ற விஷயத்தைப் பற்றிய கதையானால் அது அவர்கள் காதல் நிறைவு அல்லது ஏமாற்றத்தில் முடிவதுதான் சகஜம். ஆனால் ஜானகி கதையில் வரும் ஆசிரியருக்கும் அவனும் இளைஞன்தான் - மாணவிக்கும் ஏற்பட்ட உறவு பாசத்தால் அமைந்தது. ஆசிரியர் பள்ளியை விட்டு ஒரு ஆண்டு பயிற்சிப் படிப்புக்குப் போகும் பிரிவால் மனவேதனைப்படும் மாணவிக்கு ஆறுதல் சொல்லி அவன் பிரிவிடை பெற்றுக்கொள்வதே பெரும்பாடாகிவிடுகிறது. அவள் கூட படிக்கும் நண்பனிடம் இதை அவள் சொல்லிக்கொண்டிருக்கும்போது, அந்த நண்பனுக்கு அவன் தந்தையிடமிருந்து வந்த கடிதத்தில் அந்தப் பெண் ஜாதகம் பொருந்தி இருப்பதாகவும் இடம் தங்களுக்குப் பிடித்திருப்பதாகவும் பெண்ணைப் பார்க்கப் போகும்படியும் எழுதி இருந்தது. நண்பனிடம் அதைக் காட்டுகிறான். நண்பனின் மன அமைப்பு என்ன? இதுதான் கதை. இதுவும் மென்மையான மெல்லிசான கதை. சுந்தரராஜன் பள்ளி ஆசிரியர் வேலை கொஞ்ச காலம் பார்த்தவர். அதனால் அந்தச் சூழ்நிலை கதைகள் அவரிடமிருந்து வந்தன.

அடுத்த கதை 'நிசாசரகணம்'. புதுமைப்பித்தனின் பேய், ராக்ஷஸ கதைகளுக்கு - போட்டியாக அல்ல - பகடியாக (*parady*) எழுதப்பட்டது. 'சொற்களை வைத்துக்கொண்டு வாசகர்களைப் பயமுறுத்த

முடியும்' என்று புதுமைப்பித்தன் சொன்ன மாதிரி சுந்தரராஜனும் செய்து காட்டி இருக்கிறார் என்பதுக்கு மேல் மணிக்கொடி முத்திரை என்று குறிப்பிட்டுச் சொல்ல எதுவும் இல்லை. சுவாரஸ்யமான கதை. அவ்வளவுதான்.

புதுமைப்பித்தன் வேதாளத்தை சுய சரிதக் கதை சொல்ல வைத்தார். "என் கதையில் மூட்டைப்பூச்சி 'அபிவாதையே' சொல்லும்" என்றார். பிச்சமூர்த்தி ஒரு நாய்க்குட்டியை சுய சரிதத்தைச் சொல்ல வைத்தார். சுந்தரராஜன் ஒரு எறும்பை தன் கதையைச் சொல்ல வைத்தார். அதுதான் 'சின்னச் சின்ன எறும்பே' கதை. அவள் வைத்திருந்த லட்டை தின்றுகொண்டிருந்த எறும்புகளில் ஒன்று என்ன விரட்டியும் போகாமல் திரும்பத் திரும்ப வந்தது கண்டு கோபம் கொண்டு, அதைச் சுண்டிவிடப் போனவளிடம், அந்த எறும்பு சிரித்து, அவள் லட்டில் ஒரு இம்மியளவு தான் சாப்பிட்டுவிட்டதால் என்ன குடிமுழுகிப்போகிறது என்று கேட்டு அவளைத் திகைக்கச் செய்ய, தொடர்ந்து விவகாரம் பண்ணி தன் அவஸ்தை வரலாற்றை வர்ணிக்கிறது. அதோடு தான் செய்துள்ள மகத்தான ஒரு சாதனையைப் பெருமைப்படுத்திக்கொள்கிறது. தான் கடித்த ஒருவன் தன்னை நசுக்கிவிடாமல் உதறிவிட்டு தன்னை மன்னித்துக் காப்பாற்றிய அவனது பெருந்தன்மையைப் புகழ்ந்துவிட்டு தான் செய்நன்றி மறவாமல் அவனுக்குப் பெரிய உதவி செய்த அவன் ஆசை நிறைவேறச் செய்த காரியத்தைச் சொல்கிறது. அது என்ன..? கதையில்தான் படிக்க வேண்டும்.

நான் சொல்லப் போவதில்லை. சுவாரஸ்யமான கதை. இதுவும் மெல்லிசான கதைதான்.

அவரது அடுத்த சிறுகதை 'அந்திமந்தாரை'. சுந்தரராஜன் என்றால், 'அந்திமந்தாரை'. அந்திமந்தாரை என்றால் சுந்தரராஜன் என்று எங்களிடையே பேசிக்கொள்ள வைத்தது அந்தக் கதைதான். சௌந்தர்யமே சத்தியத்தில் வழுக்கிக்கொண்டவர், அந்திமந்தாரையாக நன்றாக மலர்ந்துவிட்டார். ஐம்பது ஆண்டுகளுக்குப் பின் இந்தக் கட்டுரை எழுத அதை ஒரு தடவை படித்தபோதும், 'அந்திமந்தாரை' யாக மாலையில் பூத்து மாலையிலேயே வாடிவிடாமல் 'வாடாமலர்' ஆக இன்றும் ஒளிரிடுகிறது. இந்தக் கதை படிக்க வாய்ப்புப் பெறும் இன்றைய வாசகர்கள். இரண்டு விஷயங்களைத் தம் மனதில் போட்டுக்கொள்ள வேண்டும். ஒன்று சம்பவ ஓட்டத்தை விட மன ஓட்டத்துக்குத்தான் இந்தச் சிறுகதையில் முக்யத்வம் கொடுக்கப்பட்டிருக்கிறது என்பது. இரண்டாவது - இது முப்பதுகள் காலத்து அதாவது அரை நூற்றாண்டுக்கு முன்பு எழுதப்பட்ட கதை என்பது... கதைச் சுருக்கம் தருகிறேன்.

கிராமத்து பெண் கல்வி வந்திராத காலத்து, சிறு வயது கல்யாண காலத்து, கிராமத்தில் அன்னிய புருஷர்களுடன் பேசிப் பழக்கம் இல்லாத காலத்துப் பெண் சென்னையில் கணவனுடன் குடித்தனம் நடத்தும் வாய்ப்புப் பெறுகிறாள். நகரத்து நாகரிக சுபாவத்தை அறிந்திராதவள் நிலையிலும் உள்ளது அவளது இளம் மனம். தன் கணவனைப் பார்க்க வந்த நண்பன் அவன் பெயர் சொல்லிக் கூப்பிட, சங்கோசத்தால் அவர் 'இல்லை' என்று கூட சொல்லக் கூச்சப்பட்டு கதவுக்குப் பின் மறைந்து நின்று கொண்டிருப்பதைக் கண்டு நண்பன் போய்விடுகிறான். சினிமா போகும் உற்சாகத்தில் கணவனிடமும் இதைச் சொல்ல மறந்து விடுகிறாள். பிறகு சொல்ல வாய்ப்பு வருகிறபோது

கணவன் கோபித்து அவளது நாட்டுப்புற சுபாவத்தை இடித்துக்காட்டி கோபத்துடன் நடந்துகொள்கிறான். அவர்களிடையே ஒரு கீறல் நீடிக்கிறது. அவளுக்கு தான் செய்த தவறு உறுத்துகிறது. அதே நண்பன் அடுத்த தடவை வந்தபோது அவள் முதலில் கலவரப்பட்டு பிறகு துணிவை வரவழைத்துக்கொண்டு பதில் சொல்லி உபசரித்து நாற்காலி போட்டு உட்காரச் சொல்கிறாள். நண்பனைத் தேடிச்சென்று வீடு திரும்பிய கணவன் அவளிடம் பேசிக்கொண்டிருந்துவிட்டு மனைவியின் முந்திய நடத்தைக்குப் பழியாக நண்பனைக் கூட்டிக்கொண்டு ஹோட்டலுக்குப் புறப்பட்ட சமயம் கூடத்தில் அவன் கண்ட காட்சியும் அவன் மனைவி சொன்னதும் அவனை பிரமிக்க வைக்கின்றன. தன் தோல்வியையும் தன் மனைவியின் வெற்றியையும் உணர்கிறான் அவள் கணவன்.

இவ்வளவு மெல்லிசான சிறுகதையை நான் அதுவரை படித்ததில்லை. மெல்லிசு என்பது மட்டுமில்லை; கதையே இதில் இல்லை. ராமையா கதை விஷயங்கள் கெட்டித்த துப்பாக்கிகள். பிச்சமூர்த்தி கதை விஷயம் மதிப்பு கனம் (வேல்யு) வாய்ந்தவை. கு.ப.ரா., புதுமைப்பித்தன் கதைகள் சர்ப்பச் சீறல்கள். இந்தக் கதையில் எந்த அதிர்ச்சிக்கும் இடமே இல்லை. ஒரு குழந்தையின் நகக்கீறல் அளவுக்குத்தான். இங்கே நமக்கு ஏற்படுவது ஒரு கண நேர மெல்லிய சிலிர்ப்பு. இதை ஒரு கதையாகச் சொல்லிப்பாருங்கள். சொல்ல முடியாது, உருவம் திரளாது. ஏன்? இது எண்ணங்களால் உருவான கதை. எண்ணங்கள் கதை வாக்கியங்களில் அமைந்து இருக்கின்றன. அந்த வாக்கியங்களால்தான் கதையே பின்னப்பட்டிருக்கிறது. அந்த வரிகளிலிருந்த எண்ணவோட்டத்தை நாம் 'ஸம்மரைஸ்' சுருக்கமாகத்

திரட்டித்தர முடியாது. நமது சொந்த வாக்கியங்கள் கதையைத் தெரிவிக்க இயலாதவை. ஒருவரது அனுபவங்களை வேறு வார்த்தைகளில் அதே விதமாகத் தெரியப்படுத்த முடியாது. ஆகவே இந்த மாதிரி கதைகளில் உணர்ச்சி எண்ணங்களேதான் கதை. அவற்றிலிருந்து தெரிவதுதான் கதை விஷயம். குணத்தன்மையான, பாவ முக்யமான, பண்புருவான (abstiact) மனோரீதியான, ஆழ் கருத்தான சிந்தனைப் போக்கான தன்மைகள் இந்தக் கதைகளில் முக்கியமாக காணப்படுவது. சம்பவங்களைப் பின் தள்ளி அதன் விளைவு, பயன், போக்குகள், மனப்பிரதிபலிப்புகளாக, யோசனைகளாக, தன் மன ஊழட்டலாக, தன்னோடு தான் பேசலாக வெளிப்படுத்தப்படுவது இந்த விதக் கதையில் காணப்படும் உத்திகள். மணிக்கொடிக்காரர்களில் எல்லோருமே இந்த உத்தியைக் கையாளுபவர்கள் என்றாலும் அவர்களில் நெஞ்சறிந்து இதை சோதனை முயற்சிகளாகச் செய்தவர்கள் மூவரில் சுந்தரராஜன் முதல்வர்.

இந்தக் கதை சம்பந்தமாக ரசமான சம்பவம் இந்த இடத்தில் சொல்வது பொருத்தமானதாகும். இது வெளிவந்தபின் இந்தக் கதைக்கருவை அடிப்படையாகக் கொண்டு எதிர்மறைப் போக்காக ‘கனகாம்பரம்’ என்ற கதையை கு.ப.ரா. எழுதினார். இதேபோல ‘புதியவள்’ என்ற என் கதைக்கு கு.ப.ரா. மாற்றுத் தரப்புப் பார்வை கொடுத்து ‘புதிர்’ என்ற கதை எழுதினார். அதேபோல கு.ப.ரா.வின் ‘புரியும் கதை’க்கு சுந்தரராஜனின் ‘புரியாத கதை’ எழுதினார். சுந்தரராஜனின் ‘காத்திருந்தவள்’ என்பதுக்கு நான் ‘அவசரப்பட்டவள்’ என்ற எதிர்க்கதையும் ‘என் கனவின் எதிரொலி’க்கு சுந்தரராஜன் ஒரு கதையும் (பெயர்

நினைவில் இல்லை) மாற்றுப் பார்வை கதைகள் எழுதி இருக்கிறோம். இவற்றின் தராதரங்கள் பற்றி எங்கள் சம்பாஷணைகளிடையே ஆராய்ந்தும் இருக்கிறோம். அது எங்கள் ரகசியங்களாகவே இருக்கட்டும். இரண்டு வித கதைகளையும் படிக்க வாய்ப்புக் கிடைக்கும் வாசகர்கள் ஒப்பிட்டுப் பார்த்து முடிவு செய்து கொள்ளலாம்.

அடுத்து 'புரியாத கதை'யில் சுந்தரராஜன் தன் மனோதத்துவ பாணியைக் கையாண்டிருக்கிறார். எழுத்தாளர்களுக்கு எழுத்தாளரின் பொருளாதார நிலை பற்றிய கதை எவ்வளவு உவப்பானதோ அதேபோல கதை எழுதுவதுக்குப் படும் அவஸ்தையும் ஒரு பிடித்தமான விஷயம். கதைக்கரு தூண்டுதலாக மனைவி காரணமாக இருப்பாள். கதை வருகிறதோ இல்லையோ, தூண்டிய மனைவியோடு நடந்த சம்பாஷணையை வைத்தே ஒரு கதை எழுதிவிடுவார்கள். நானே அப்படி ஒன்றுக்கு மேற்பட்ட கதைகள் எழுதி இருக்கிறேன். சுந்தரராஜனின் இந்தக் கதை அந்த ரகத்தது. எழுத்தாளர் கதாநாயகன் சொல்லி மனைவி எழுதிய கதை எதுவோ நமக்குத் தெரியவில்லை. அவனுக்கும் மனைவிக்கும் உள்ள உறவில் ஏற்பட்ட மன விரிசலையும், தான் அறியாமலே அந்த விரிசல் சரிப்படுத்தப்பட்டுப் போனதையும் மென்மையான சித்தரிப்பு மூலம் கதை ஆக்கிவிடுகிறார்.

கடைசிக் கதை 'உடைந்த வளையல்'. எனக்கே தோன்றுகிறது சில சமயம், இவ்வளவு சின்ன விஷயங்களிலிருந்து என்ன கதை எழுதுவது? வீட்டில் மனைவியுடன் ஏதோ அற்ப விஷயத்துக்காகக் கோபம் கொண்டு பள்ளிக்கூடம் வந்த ஆசிரியரின் 'மூடு' மனநிலை சரியாக இல்லாத நிலையில் மாணவர்களின்

நோட்டுப் புத்தகங்களை விநியோகிக்கும் காரியமாக விசிறி எறிந்துகொண்டிருந்தபோது ஒரு மாணவியின் பிடி கொஞ்சம் விலக நோட்டு அவள் கண்ணாடி வளையல்களில் பட்டு அவை உடைந்து விழுந்து சிதறிவிட, அந்தச் சிறுமியும் அதை லட்சியம் செய்யாத மாதிரி நடந்துகொள்ள, அவன் அவளிடம் சென்று ஐம்பத்தை விடாமல் சமாதானம் பேசிவிட்டு, அந்த உடைந்த துண்டுகளை எடுத்து வந்து மேஜை மீது வைத்துக்கொள்கிறான். சில ஆண்டுகளுக்கு முன் இதே மாதிரி துடுக்காகப் பேசிய ஒரு மாணவியை பாவனையாக பிரம்பால் தட்டப்போனபோது அவள் கையால் பாவனையாக தடுக்கப்போனபோது வளையல்களில் பட்டு அவை சிதறிய சம்பவம் அவன் நினைவில் சுழல்கிறது. வீட்டுக்குத் திரும்பியதும் அந்தப் பழைய சம்பவம் சம்பந்தமான பெண்ணுக்குத்தான் அன்று சீமந்தம் என்றும் அதுக்குதான் போனபோது தனக்கும் வளை அடுக்கி விட்டதாகவும் அவன் மனைவியிடமிருந்து தெரியவருகிறது. அதே சமயம் அன்று நடந்த சம்பவம் சம்பந்தப்பட்ட அந்தச் சிறுமியும் அங்கே வளையல் போட்டுக்கொண்டதாகவும் அங்கே வளையல் உடைந்த இரண்டு சம்பவங்களும் பேசப்பட்டதாகவும் அவன் மனைவி தெரிவிக்கின்றாள். இந்தச் சம்பவக் கோவைகளின் நினைவுகளால் பாதிக்கப்பட்ட அவன் மனம் சமாளிக்க முடியாமல் கிளர்ந்த நிலையில் அவனை உலுக்கிவிடுகிறது. ரொம்ப அழகான கதை. சுத்தமான உணர்ச்சி சித்தரிப்பு.

சுந்தரராஜனின் இந்த ஒன்பது மணிக்கொடி கதைகளின் நூதனத்துக்காகவே கொஞ்சம் விவரமாக கதையம்சம் கொடுத்திருக்கிறேன். முந்தின நால்வரில் கு.ப.ரா., புதுமைப்பித்தன் கதைக் குரல்கள் உரத்த குரலில்

உச்சஸ்தாயியிலும், ராமையா, பிச்சமூர்த்தி கதைக் குரல்கள் மத்திம ஸ்தாயியிலும், சிட்டியின் கதைக் குரல் பஞ்சம ஸ்தாயியிலும் பேசும். இசைத்துறையில் முறையே எஸ். ஜி. கிட்டப்பா, மதுரை மணி, ஸைகால் குரல்கள் உதாரணங்கள். ஒரு கதையிலும் திடுக்கிட வைக்கும் உக்ர விடுவிப்பு கிடையாது. மனக்குடைவுதான் கதையின் உள்ளோட்டம். சம்பவ நிகழ்ச்சி ஓட்டம் அல்ல. சுந்தரராஜனின் இந்தவிதமான கதைகள் மணிக்கொடி சிறுகதைக் களத்தில் சேர்த்த இன்னொரு பரிமாணம்.

ந. சிதம்பரசுப்ரமண்யன்

மணிக்கொடி ஐவருக்குப் பிறகு நான் எடுத்துக் கொள்பவர் ந. சிதம்பரசுப்ரமண்யன். அவர் மற்ற எங்களைப் போல் மணிக்கொடிக்கு வெளியே இருந்து வந்தவரல்ல. ஒரு வரிகூட அவர் எழுதி இருப்பதாகத் தெரியவில்லை. வ. ரா. வின் வார மணிக்கொடியை அவர் பார்த்திருக்கிறார். அவர் நிறைய மேல்நாட்டு இலக்கியப் படைப்புகளைப் படித்துக்கொண்டிருந்தவர். பண்பட்ட இலக்கிய வாசகர். சங்கீத ஞானம் உள்ளவர். அவரது கலாரசனை குணம்தான் அவரைப் படைப்பாளியாக மலரச் செய்திருக்கிறது. மணிக்கொடி அவரைக் கவர்ந்திருக்கிறது. அதோடு பாதித்தும் இருக்கிறது. அவரது முதல் கதை சிறுகதை மணிக்கொடி ஐந்தாவது இதழில் *(26.5.35)* வெளிவந்தது. 'வாழ்க்கையின் முடிவு' என்ற கதை அது.

எங்களுக்கெல்லாம் கிட்டாத வாய்ப்பு அவருக்குக் கிடைத்திருக்கிறது. எங்களுக்கு முன் உதாரணமாகத் தமிழில் சிறுகதைகள் அபூர்வமாகத்தான் இருந்தது.

அவருக்கு 1933 முதல் இரண்டு ஆண்டுக் காலத்து சுதந்திரச் சங்கு, காந்தி, மணிக்கொடி, கலைமகள், ஆனந்த விகடன் ஆகிய பத்திரிகைகளில் வெளிவந்த தமிழ்க் கதைகள் படிக்கக் கிடைத்திருக்கின்றன. அவை அவருக்குத் தமிழில் எழுத உந்துதல் தந்திருக்கக்கூடும். எனவே கதைக்கான விஷயம் உருவம் இரண்டு பற்றியும் அவருக்கு அவை பயன்பட்டிருக்கும். பயன்பட்டிருக்கிறது என்பதை அவரது முதல் கதையே நிரூபிக்கிறது. ஆனாலும் புதிய கை என்பதும் தெரிகிறது. நாங்கள் வேறு பத்திரிகைகளில் நடை பழகிவிட்டு ராமையா மணிக்கொடிக்கு வந்தவர்கள். எனவே எங்களுக்கு சிறுகதை லட்சணம் கொஞ்சம் பண்பட்டிருந்தது. சிதம்பர சுப்ரமண்யன் அங்கேயே நடை பழக ராமையா இடம் கொடுத்திருக்கிறார். முந்திய மணிக்கொடி நான்கு இதழ்களில் கைவந்த சிறுகதையாளர்களான ராமையா, பிச்சமூர்த்தி, கு.ப.ரா., புதுமைப்பித்தன், சுந்தரராஜன் ஆகியோரின் திறன் அறிந்து சிறுகதைகளைக் கேட்டு வாங்கிப் போட்ட ராமையா, ஒரு புதியவரின், 'கற்றுக் குட்டி' கதையையும் அனுமதித்திருக்கிறார். வ.ரா. வைப் போல ராமையாவுக்கும் புதிய கதாசிரியர்களை உருவாக்கும் அக்கறையும் ஊக்கம் கொடுக்கும் மனப்பக்குவமும் இருந்திருக்கிறது, எனக்கும் அவர் செய்திருக்கிறாரே... பின்பு சொல்கிறேன்.

இன்று அந்தச் சிறுகதை சாதாரணமான கதையாகப் படலாம். ஆனால் அன்று அவற்றை அனுதாபத்துடன் பார்த்தாக வேண்டி இருந்தது. ஏதாவது ஒரு காரணத்தால் அந்தக் கதை ராமையாவால் மறுக்கப்பட்டிருந்தால் ஒன்று, பின்பு பிரபலமான சிதம்பரசுப்ரமண்யன் ஏமாற்றத்தால் கதாசிரியர் ஆகாமலே இருந்திருக்கலாம்; அல்லது வேறு எப்போதோ

வரக்கூடும் என்ற சந்தர்ப்பத்துக்கு எதிர்பார்த்துக் காத்து இருந்திருக்க வேண்டி இருந்திருக்கலாம். எனவே புதிய படைப்பாளிகளை இனம் காணக்கூடிய ஒரு நுட்ப அறிவு ஒரு பத்திரிகாசிரியனுக்கு இருக்க வேண்டியது அவசியம். அவனே சிறு கதாசிரியராக இருக்கவேண்டிய அவசியம் இல்லை. அந்தத் துறை விஷய ஞானம் இருக்க வேண்டும். அது படித்த அனுபவத்தில் ஏற்படலாம். அத்தகைய ஆசிரியர்களில் தமிழ்ப் பத்திரிகை உலகில் எனக்குத் தெரிந்த மட்டில் குறிப்பிடத்தக்கவர்கள் முப்பதுகளில் வந்த 'காந்தி' ஆசிரியர் சொக்கலிங்கம், ஐம்பதுகளில் வெளிவந்த 'சரஸ்வதி' பத்திரிகை ஆசிரியர் வி.விஜயபாஸ்கரன், முப்பதுகளில் அநேகமாக சிறுகதாசிரியர்களே கல்கி கிருஷ்ணமூர்த்தி, சங்கு சுப்ரமண்யன், வ.ரா, ராமையா, நாரண துரைக்கண்ணன் ஆகியோர் சிறுகதாசிரியர்களாக இருந்தார்கள். பத்திரிகை ஆசிரியர்களே கதை படைப்பாளிகளாக இருப்பதில் நல்ல பயன் விளைவும் உண்டு. அவர்களால் சரியாக இனம் காணவும், திறமை அறிகுறி இருந்தால் கதைகளை சரிப்படுத்தி வழிகாட்டவும் சாத்யமாகும். சங்கு சுப்ரமண்யன், ராமையா, கல்கி ஆகியோர் இதைச் செய்தவர்கள்; எனக்குத் தெரிந்த அளவில்.

'வாழ்க்கை முடிவு' கதை புதுக்கையிலிருந்து பிறந்திருந்தாலும் சிறுகதை இலக்கணம் தெரிந்த கையிலிருந்துதான், உருவம், உத்தி, விஷயம் எல்லாம் சரியாக அமைந்ததுதான். சம்பவம், மனோதத்துவம் இரண்டும் ஒழுங்காகக் கையாளப்பட்டதுதான். நடையும் பொருத்தமாகவே இருந்தது. கதை நெசவும் நேர்த்தியானதுதான். கதை முடிவு நெருங்கும்போது ஒரு தடுக்கிடுதல் படுகிறது. சடக்கெனச் செய்யப்பட்ட திருப்பம் வர்ணனை ரீதியாகக் கொஞ்சம் பக்குவமாக்கப் பட்டிருக்க வேண்டும். போகட்டும். முதல் கதை.

கதை இதுதான். ஒரு குழந்தை உள்ள ஸ்டேஷன் மாஸ்டர் குடும்பத்தோடு நெருங்கிப் பழகிய ஸ்டேஷன் போர்ட்டரின் மனைவிக்கு அந்தக் குழந்தையிடம் ஏற்பட்ட ஒட்டுதலில் அதுக்கு சூட்டுக்காயம் ஏற்பட்ட சமயம் தாய்க்கும் மேலாக அவள் அதனிடம் பரிவு கொண்டு அதைக் காப்பாற்ற அக்கறை கொண்டிருந்தவளுக்கு அந்தக் குடும்பம் மாற்றலாகி அவள் அந்தக் குழந்தையைப் பிரிய நேர்ந்தபோது ஏற்பட்ட மனோவேதனை சித்தரிப்பு, ஒரு மனோதத்துவ வழி கவிதையின் சமிக்ஞை இதில் காண்கிறது. இன்றைய பார்வையிலிருந்து இது சுமாரான கதையாகப் படலாம். நமக்கு... ஏன், அதை எழுதியவருக்கே பட்டிருக்கிறது. சிதம்பரசுப்ரமண்யன் கதைகள் மொத்தம் நாற்பத்தெட்டுக் கதைகள். இவற்றில் ஆறு கதைகள் அவரது மூன்று சிறுகதைத் தொகுப்புகளிலும் காணப்படவில்லை. அந்தக் கதைகளில் இந்த முதல் கதையும் ஒன்று. நான் ஏற்கெனவே சொல்லி இருக்கிறேன். மணிக்கொடிக்காரர்களுக்கு அவர்களே சுய விமர்சகர்கள் என்று.

அவரது இரண்டாவது கதை 'வஸ்தாத் வேணு' கச்சிதமான கதை. முன் கதையைவிட இது நன்றாக அமைந்தது. முன்னதில் பாசத்தால் ஏற்பட்ட மன வேதனை. இதில் அதே போல பாசத்தால் தன்னை மறந்து விபரீதமாக நடந்து கொள்ளுதல். முன்னது போலவே கதையம்ச குறைவான மனநிலைப் போக்கான சித்தரிப்பு. சுந்தரராஜன் மாதிரியே மெல்லிசான கதைகள்தான் சிதம்பரசுப்ரமண்யனின் மணிக்கொடி கதைகள். கதாபாத்திரங்களின் மனநிலை வெளிப்படுத்தல் நோக்கம். நாம் உணர்வதும் அதேதான். தன்னை ஜெயிப்பவன் இல்லை என்று கர்வம் கொண்ட முரட்டு

வஸ்தாத் ஒருவன், ஊரையே பயப்பட வைக்கிறவனுக்கு ஒரு சிறு பையனிடம் பாசம் ஏற்படுகிறது. பூசாரி மகனான அந்தச் சிறுவன் கையிலிருந்து குங்குமம் வாங்கி நெற்றியில் இட்டுக்கொண்டு போனால் யாரையும் வென்றுவிடலாம் என்ற நம்பிக்கையில் வளர்ந்த உறவில் ஏற்பட்ட அன்பு. அந்தச் சிறுவன் விரும்பிய ஒரு நாய்க்குட்டிக்காகத் தன் ஆணவத்தை உதறிவிட்டுத் தன் பரம விரோதியிடம் இருந்த ஒரு நாய்க்குட்டியைக் கேட்கப் போனபோது, இதுதான் சமயம் என்று அவனை மட்டம் தட்ட, தன்னை மறந்து கோபத்தில் அவனைத் தாக்கியதன் விளைவாக சிறைத் தண்டனை அடைந்து முடிந்து விடுதலையாகி ஊர் திரும்பியதும் நாய்க்குட்டி கேட்ட சிறுவன் நினைவில் எப்படியாவது அவன் ஆசையை நிறைவேற்ற வேண்டும் என்று அவனை முன்பு வலிய தன் சமஸ்தான பயில்வானாக இருக்கும்படி வேண்டிய ஜமீந்தாரின் விருப்பத்துக்கு இணங்காதவன் இப்போது வலிய தானே போய் அவர் திகைக்கும்படியாக அவரது பழைய யோசனையை ஒத்துக்கொண்டு விடுகிறான். அதே சமயம் அந்தச் சிறுவன் கேட்டபடி ஜமீந்தாரிடம் அவன் விடுக்கும் வேண்டுகோள் அவரது நாய்க்குட்டிகளில் ஒன்று தனக்கு வேண்டும் என்று கேட்டதுதான். நல்ல கதை. பிசிறு தட்டாதது. நன்றாக எழுதப்பட்டது. கூரிய முட்கள் கொண்ட கொடிக் காம்பின் நுனியில் உள்ள ரோஜா போல, தூக்கலான முரட்டு சுபாவத்தின் அடியிலும் உள்ள மென்மையான உணர்ச்சி மனச் சித்தரிப்புக் கொண்டது. இந்தச் சிறுகதையும் மனோ தர்ம அழுத்தம் கொண்டதுதான். இதையும் அவர் தன்

தொகுப்பில் சேர்க்கவில்லை. ஏனோ, அவருக்கு திருப்தி தரவில்லையோ என்னமோ... ஆனால் எனக்குத் தோன்றுவது அவர் சேர்த்திருக்க வேண்டும்

என்பதுதான். ஒருவன் எழுதிய அத்தனை கதைகளும் நூற்றுக்கு நூறு சொக்கத் தங்கமாக இருந்துதான் ஆகணுமா? இருக்கத்தான் செய்யுமா? காண முடியாததவை யாரிடமும். படைப்பாளியின் ஆரம்ப நிலை, வளர்ச்சி, முதிர்ச்சி வெளித்தெரிய வேண்டியது அவசியம். புதிய வாசகன் இளம் எழுத்தாளன் தெரிந்து கொள்ளட்டும். பார்க்கப்போனால் புதுமைப்பித்தனின் ஆரம்பகாலக் கதைகள் பெரும்பான்மையும் அநேகமாகத் தேறாது. ஆனால் வாசகன் அதனைப் படிக்கும்போது படைப்பாளியின் படைப்புப் போக்கைத் தொடரமுடியும் என்பதுடன் படைப்பு லட்சணங்களையும் அவன் தெரிந்துகொள்ள ஏதுவாக இருக்கும்.

அவரது மூன்றாவது கதை 'ஒரு கூடை கத்தரிக்காய்' சிதம்பரசுப்ரமண்யன் தன் கதைக்கு அடிநாதமாக வேண்டுவது *(human element)* மானிடத்தன்மையான சாதாரண குணாம்சங்கள்தான். இந்தக் கதையில் தனக்கு அத்தை மகளை பரிசம் போட்டிருந்த சமயத்தில் அவளுக்கு ஒரு புதுச்சேலை வாங்கிக் கொடுக்க தான் சமீபத்தில் வாங்கிய ராசியான புது புஞ்சை நிலத்தில் பயிர் செய்த கத்திரிக்காய் விற்று வந்த பணத்தில் வாங்கித்தர ஆசைப்படுகிறான். சோதனை போல் அந்த வருஷம் மழையின்மையால் பயிர் காய ஆரம்பிக்க பிரயாசைப்பட்டு அந்த மேட்டு நிலத்துக்கு எப்படியோ தண்ணீர் கொண்டு வந்து பயிரைப் பிழைக்க வைத்துவிட கத்திரிக்காய் காய்க்கிறது. முதல் பறியை அவன் விற்பனை செய்ய விரும்பாமல் கோவிலுக்கு பூஜை போட உதவி செய்து விடுகிறான். அவளுக்குச் சேலை வாங்க முடியாமல் போய்விட்டது. அடுத்த பறியை விற்க முற்பட்டபோது, அவனைத் தற்செயலாகச் சந்தித்த பண்ணையார்

அதைப் பார்த்ததும் அவனிடம் அதைக் கேட்க, மறுக்க முடியாமல் அவருக்கும், அவருக்குக் கொடுத்தால் மற்ற இருவருக்கும் கொடுக்காமல் இருப்பது தவறு என்று அவர்களுக்கும் அவற்றை இலவசமாகக் கொடுத்துவிடுகிறான். அந்தத் தடவையும் அவன் சேலை வாங்க முடியாமல் தட்டிவிட்டது. மூன்றாம் பறிக்கு அவன் தோட்டத்துக்குப் போனபோது முந்தின இரவே யாரோ ஒரு சிறு பிஞ்சு கூட விடாமல் திருடிக் கொண்டு போய்விட்டதைக் கண்டு திடுக்கிடுகிறான். தன்னிடம் குரோதம் கொண்ட ஒருவன்தான் இதைச் செய்திருப்பான் என்று அவனிடம் போய் சண்டை போட்டதில் அவன் அந்தக் காரியத்தைச் செய்யவில்லை என்று பஞ்சாயத்தில் தீர்க்கப்பட்டபோது, கத்தரிக்காயும் போய் ஊர் பஜனை மடத்துக்கு அபாரதமும் கட்ட வேண்டி வந்து விட்டது. சேலையும் வாங்க முடியாததுடன், இந்த அவமானமும் சேர புண்பட்ட மனதுடன் அவன் இருக்கையில் நான்காவது பறியும் வந்துவிட எப்படியும் அந்தத் தடவை விற்று புடைவை வாங்கும் உறுதியுடன் பறித்துக் கூடையுடன் சந்தைக்குப் புறப்படும் சமயம், அந்தப் பெண்ணுக்கு உடம்பு சரியில்லை என்று வழியில் அவசரச் செய்தி கிடைக்க வீடு திரும்பி அவளைப் பார்க்கப் புறப்படுகிறான். அவனுக்கு ஒரு ரூபாய் வேண்டி இருந்தது. கையில் ஒரு காசு இல்லை. கடன் கேட்டு அறியாத அவன் வேறு வழி இன்றி தனக்கு அறிமுகமான வீட்டுக்குச் சென்று கேட்டபோது அந்த அம்மாள் ஒரு ரூபாய் இல்லை என்றும் காய்கறி வாங்க அவள் கணவன் கொடுத்த நாலணாதான் இருப்பதாகச் சொல்ல அவன் திகைத்து காய்கறிதானே வேண்டும் என்று தன்னிடம் இருந்த ஒரு கூடை கத்தரிக்காயைக் கொண்டு வந்து அம்மாளிடம் கொடுத்துவிட்டு நாலணாவை வாங்கிச் செல்கிறான்.

அவன் அந்தப் பெண்ணைப் பார்க்கப் போகும்போது அவன் கையில் இருந்தது கத்தரிக்காய் விற்று வாங்கிய சேலை இல்லை; அந்த நாலணாவில் அவன் வாங்கி முனியாண்டி கோவில் சாமிக்கு தேங்காய் பழம் வைத்துக் கும்பிட்டு உடைத்த தேங்காய் மூடியும் விபூதி பிரசாதமும்தான். இதுவும் நயமான கதைதான். ஆனால் கதை முடிவில் ஒரு பிசிறு தட்டுகிறது. சில கதை இறுதி விடுவிப்புக்குப் பிறகு அந்த விஷயங்கள் தேவை இல்லை. அனாவச்யமானவை என்பதோடு கதை உத்தேசத்தோடு, பராக்கு காட்டுவதாகவும் இருக்கிறது.

போகட்டும். கதை இலக்கிய ஆரம்ப காலம்தானே. மன்னித்துவிடலாம். ஆனால் கதாசிரியர் அதை மன்னிக்கவில்லை. இந்தக் கதையையும் தன் தொகுப்புகளில் சேர்க்கவில்லை. கடைசி வரிகள் சிலதை எடுத்துவிட்டுச் சேர்த்திருக்க வேண்டும். கடும் தண்டனை அதுக்குக் கொடுத்திருக்கக் கூடாது.

இந்த மூன்று கதைகள் மணிக்கொடியில் வந்த பிறகு ஆறு மாத கால பனிரெண்டு இதழ்களில் சிதம்பரசுப்ரமண்யன் அடுத்த கதை எழுதவில்லை. நடுவே மணிக்கொடியில் 'சிறுகதை' பற்றிய கட்டுரைகள் வெளிவந்தன. மணிக்கொடியில் சிறுகதைகள் எழுதிக்கொண்டிருந்த சிறுகதையாளர்களே அந்தச் சிறு கட்டுரைகளை எழுதியவர்கள். புதுமைப்பித்தன் ஆரம்பித்து வைக்க, பெ. கோ. சுந்தரராஜன் தொடர்கிறார். அதையடுத்து சிதம்பரசுப்ரமண்யன் எழுதி இருக்கிறார். அதில் காணும் சில கருத்துகள் நமக்கு உதவுவதுடன் அவரது சிறுகதைப் போக்கு பற்றியும் தெரிந்துகொள்ள உதவும்:

(1) சங்கீதத்தில் ஒரு ராகத்தைப் பல வித்வான்கள் பாடுகிறார்கள். ராகம் என்னமோ ஒன்றுதான். அது சில விதிகளுக்கும் கட்டுப்பட்டிருக்கிறது. ஆனாலும் ஒவ்வொரு வித்வானும் பாடும்போது அதே ராகத்தை வெவ்வேறு மாதிரி பாடுகிறார். தன்னுடைய தனித் தன்மையை அந்த ராகத்தில் வைப்பதற்கு சங்கீதக் கலைஞனுக்கு முடிகிறது. சங்கீதம் அதற்கு இடம் கொடுக்கிறது.

(2) கலையின் ஒவ்வொரு அம்சத்திலும் புதிது புதிதாகத் தனித்தன்மையை உண்டுபண்ணிக்கொண்டு கிளம்புகிறான் கலைஞன். கலையில் புதுமைக்கு விசேஷமான இடம் உண்டு. புதிதாக சிருஷ்டி செய்வதே கலைஞன் வேலை. அந்த சிருஷ்டிக்கு முற்றுப்புள்ளி போடமுடியாது. கலைஞன் சிருஷ்டி செய்கிறான். அப்போது அதில் தன்னையே ஓரளவு புகுத்திக் கொள்கிறான்.

(3) கதையில் கதாசிரியன் தன் உள்ளத்தைக் கொட்டுவதற்குச் சில பாத்திரங்களை வேண்டுகிறான். அந்தப் பாத்திரங்கள்தான் கதாபாத்திரங்கள். அந்தக் கதாபாத்திரங்கள் சுற்றிவருவதற்கான இடம் சம்பவம். சம்பவம் மிகவும் அற்பமானதாக இருக்கலாம். கதாசிரியன் அதைக் கவனிப்பதில்லை. அற்ப நிகழ்ச்சியை வைத்துக்கொண்டு அற்புத சித்திரம் அவனால் செய்ய முடிகிறது. நிகழ்ச்சி சாமான்யம்தான். ஆனால், கதாசிரியன் உள்ளத்தில் ஒரு பெரிய எழுச்சியை உண்டுபண்ணுகிறது. அதன் விளைவு பெரிதாகிறது. அது கதையில் பிரதிபலிக்கிறது. கதைக்கு நிகழ்ச்சி அவசியம். ஆனால் தன்மை முக்கியமல்ல.

இந்தக் கருத்துகளில் சிதம்பரசுப்ரமண்யன் தன்

சிறுகதை பாணி பற்றியே பேசி இருக்கிறார் என்பது நமக்குப் படுகிறது. இதேபோல சுந்தரராஜன் தன் கதை பாணி பற்றிய குறிப்பை சூசனையாக உணர்த்தி இருக்கிறார். இந்த இருவரது கருத் துகளும் ஒத்து இருப்பதைக் காணலாம். என் கருத்தும் இதை ஒட்டியதுதான். எனவேதான் எங்கள் மூவரையும் முந்தின நால்வரிடமிருந்தும் மாறுபாடு காட்டி இனம் பிரித்துக் குறிப்பிட்டேன். சிதம்பரசுப்ரமண்யன் இசைத் துறை உதாரணமாக ஒரே ராகம் வெவ்வேறு விதமாக மாறுவது பற்றி குறிப்பிட்டதைக் கவனிக்க வேண்டும். அதேபோல ஒரே கதை விஷயம், வெவ்வேறு விதமாகக் கையாளப்படக்கூடியது. வேறுவித பாணி, தொனி, நோக்கு கொண்டதாகவும் இருக்கும். அடுத்து தனித்தன்மை பற்றிக் கூறுகிறார். பிறகு சம்பவம் அற்பமானதாக இருப்பது. நிகழ்ச்சி சாமான்யமாக இருப்பது ஆகிய இரண்டையும் சுட்டிக்காட்டுகிறார். அவர் கதைகளில் இந்த அம்சங்கள் இருப்பதைப் பார்க்கிறோம். ராமையா கதைகள் போல கதை கனமும் சிக்கலும், கு.ப. ரா, புதுமைப்பித்தன் கதைகள் போல உக்ரமும் தீவிரமும் இவற்றில் காண முடியாது. ஒரு நிதானமான உணர்வுநிலை, உணர்ச்சிப்போக்கு அளவுக்குத்தான் கதை விடுவிப்பு இருக்கும்.

அடுத்த கதை 'யோகி'யைப் பார்ப்போம். கதாவாசகனுக்கு ஒரு யோசனை. கதைகளைக் கதாரீதியாகவும் சம்பவரீதியா கவும் ரசிப்பது என்பது ஒருபுறம் இருக்கட்டும். உணர்ச்சி ரீதியாகவும், ஒரு அனுபவரீதியாகவும் உணர முற்பட வேண்டும். அப்போதுதான் படைப்புக்கு பலன் உண்டு. படைப்புக்கும் லாபம், படிப்புக்கும் லாபம். வெறுமனே கதையாக, கதைதானே என்ற அளவுக்கு அதைக்

குறுக்கிவிடக் கூடாது. 'யோகி' கதையில் கதாசிரியர் இதுவரை எழுதிய மூன்று மென்மையான கதைகளைவிட கனமான கதையம்சத்தை விபரீத சம்பவத்தைக் கையாண்டிருக்கிறார். தானும் 'அந்த மாதிரி' கதை எழுதினால் என்ன என்று முதல் நால்வர்களைப் படித்த அனுபவத்தில் பாதிப்பு கொண்டிருக்கலாம் என்று தோன்றுகிறது எனக்கு. ஒரு மைனர் தான் அறியாமலே தன் ஆப்த நண்பனுக்கு செய்த துரோகம் பற்றியது. பெண் பித்துப் பிடித்த அந்த மைனர் சோமசுந்தரம் வெளியூருக்குப் போய் தங்கி இருந்த சமயம் எதிர்வீட்டுப் பெண்ணிடம் நாட்டம் கொண்டு எப்படியோ அவளை வசப்படுத்தி விட்டான்.

ஒரு நாள் அவனைப் பார்க்க வந்த நண்பர்கள் குழுவில் அவனது ஆப்த நண்பனும் இருந்தான். இவனுடைய ஸ்திரீலோல அபாவத்தைக் கண்டித்து திருத்த முயற்சி செய்து அதில் தோல்வி கண்டவன் அவன். இருந்தாலும் தன் சினேகிதத்தை முறித்துக்கொள்ளவில்லை. இருவரும் க்ஷேமசாரம் பேசிக்கொண்டிருந்துவிட்டு அவன் அங்கே வர நேர்ந்த காரணத்தை விசாரிக்க அந்த ஊர் தன் மாமனார் ஊரென்று சொல்லிவிட்டு அதே தெருவில் அவன் வீட்டுக்கு எதிர்வீடுதான் தன் மாமனார் வீடு என்றும் காட்டுகிறான். அதிர்ந்துபோன மைனர் நண்பன் மூர்ச்சை அடைந்துவிடுகிறான். அவனுக்கு மூர்ச்சை தெளிவித்து சரியானதும் எல்லோரும் போய்விடுகிறார்கள். அந்த ஆப்த நண்பனும் பிறகு வருவதாகச் சொல்லிவிட்டு எதிர்வீட்டுக்குப் போகிறான். மறுநாள் காலையில் நண்பர்கள் வந்து பார்த்தபோது அந்த மைனர் நண்பன் வீட்டில் இல்லை. எங்கோ போய்விட்டான். பல வருஷங்கள் கழித்து ஒரு யோகியுடன் ஒரு தத்துவ எழுத்தாளருக்கு தத்துவத் துறை

ஈடுபாட்டு நெருங்கிய உறவு ஏற்பட்டுவிட்டபின் ஒருநாள் ஒரு சந்தர்ப்பத்தில் அவர் கதைத்துவ விசாரத்திடையே உதாரணம் காட்ட அந்த யோகி மேலே சொன்ன சம்பவத்தை அவனுக்கு உருக்கமாகச் சொல்கிறார். அவர் மன வேதனை அவனைப் பாதித்தது. அந்த யோகி நண்பர் ஒருவரது வாழ்க்கை அனுபவமாக இருக்கக்கூடும் என்று அவன் நினைத்திருப்பான். கொஞ்சகாலம் கழித்து அந்த யோகி காலமானபோது அவர் எழுதி வைத்த உயிலைப் பார்க்க நேர்ந்தபோது அதில் இருந்த யோகி என்ற சோமசுந்தரத்தின் கையெழுத்தைப் பார்க்கவும் அவனுக்கு அவர் சொன்ன நிகழ்ச்சி விஷயம் புரிகிறது. இது கு.ப.ரா. பாணி கதை. அவர் எழுதி இருந்தால் உக்ரமான மனவோட்டம், சம்பாஷணை, உணர்ச்சித் தீவிரம் கொண்டிருக்கும். ஒழுக்கவாதியான *(moralist)* சிதம்பரசுப்ரமண்யன் அமைதியாகச் சொல்லும் முறையைக் கையாண்டு ஒழுக்கக் கேட்டை அறிவார்த்தமாக வலியுறுத்தி இருக்கிறார். அதுதான் அவருடைய தனிவிதம். இந்தக் கதையும் அவர் தன் தொகுப்பில் சேர்க்கவில்லை. மறு பதிப்பு வாய்ப்பு ஏற்படும்போது சேர்த்துக்கொள்ள வேண்டும். இந்தக் கதையும் விலக்கக்கூடியதல்ல. பின்னால் அவர் எழுதிய சிறந்த தலைசிறந்த கதைகளை வைத்து இவற்றை மதிப்பிடுவது சரியாகாது. அதன் இடம் அந்த அளவுக்கு உண்டு.

மணிக்கொடி காலத்தில் எழுத்தாளர்களுக்குப் பிடித்தமான இன்னொரு கதை விஷயம் சங்கீதத்துறை, கலைத்துறை. சுபாவத்திலேயே சங்கீத ரசிகரான சிதம்பரசுப்ரமண்யன் பின்னர் சில கதைகளும், சங்கீத வித்வானைக் கதாநாயகனாகக் கொண்டு ‘இதய நாதம்’ என்ற நாவலும் எழுதியவர். இசைத்துறை

விஷயம் கதைக்கருவாகக் கொண்ட அவரது முதல் கதை 'இரண்டு நாடகங்கள்'. இதுவும் நல்ல கதை. சுத்தமாக எழுதப்பட்டது. சிதம்பரசுப்ரமண்யன் எக்ஸ்பெரிமெண்ட்' என்கிற 'சோதனை' முயற்சிக்காரர் அல்ல. அதாவது சோதனை முயற்சியாக உருவ உத்தி வகை கையாள வேண்டும் என்று முன்கூட்டியே முடிவு செய்து கொண்டு ஆரம்பிப்பவர் அல்ல. அவரது சிறுகதைகள் ஆரம்பம் தற்கால பாணி ரீதியானதுதான். ஆனால் ஒரேவிதமாகத்தான் இருக்கும், அவரது நடையும் சாத்வீகமானதுதான். வாக்கியம், சொல்லாட்சி சாதாரணமானதாக இருக்கும். 'ஸ்டைல்' என்கிற நடைபாணி தனக்கென வலிந்து தேடுபவராகத் தெரியாது. எளிய நடை சிறிய வாக்கியங்கள். தேவையான அளவு பொருள் சுமக்கும் என்றாலும் போஷாக்கானது என்று சொல்வதற்கில்லை. பின்னால்தான் அது கொஞ்சம் வளர்ந்தது. வர்ணனை விஷயத்தில் ஒரு சிக்கனம் அல்லது தற்கட்டுப்பாடு இருப்பது போன்ற உணர்வு ஏற்படும் நமக்கு. அப்போது அவர் ஆரம்ப எழுத்தாளர்தானே. நானும்தான். வயதில் அவர் எனக்கு இரண்டு மாத இளையவர். நான் இலக்கிய வாழ்வில் ஓராண்டு மூத்தவன்; அவ்வளவுதான்.

'இரண்டு நாடகங்கள்'. அந்தக் காலத்து இரண்டு பிரபல தலைசிறந்த நடிகர்களை மனதில் கொண்டு எழுதப்பட்டது போல அந்தக் காலத்து ஆட்கள் யாருக்கும் பட்டுவிடும். அதாவது அந்தக் கதையம்சம் அந்த அளவுக்கு நடப்போடு சம்பந்தப்பட்டிருந்தது என்பதுதான். அந்த நடப்பில் ஒரு பொடி வைத்து ஊதி கதையாக்கி விட்டார் கதாசிரியர். அந்தப் பொடி ஊதல்தான் கதையின் கருப்பொருள். சம்பவம் அல்ல. முதலில் சேர்ந்து நடித்து பிறகு பிரிந்து சில

ஆண்டுகளுக்குப் பின் ஒரு பிரபல நடிகரும் பிரபல நடிகையும் மீண்டும் சேர்ந்து நடிக்கும் அபூர்வ முதல் நாடகம். நாடக ரசிகர்கள் மட்டற்ற எதிர்பார்ப்பு. மகிழ்ச்சியுடன் இரு பக்க ஆதரவாளராகக் கட்சி பிரிந்து கரகோஷத்துக்குத் தயாராகி இருந்த நிலை. நாடக ஆரம்பம், மேடையின் உட்புறத்திலிருந்து நடிகர் தன் பிரவேச பாட்டின் பல்லவி எடுப்புடன் ஆரம்பித்து மேடைக்குள் வருகிறார். பாடப்பாட குரல் ஏறவில்லை. தொண்டை பேசவில்லை. சாரீரம் சரியில்லை என்பதைத் தொண்டை கரகரப்பு காட்டிக் கொடுத்து விட்டது. எப்படியோ பாடி முடித்துவிட்டு அவரது ரசிகர்களை ஏமாறச் செய்துவிட்டுப் போய்விட்டார். பிறகு நடிகை, பாட்டின் அனுபல்லவியை உச்சஸ்தாயியில் பாடிக்கொண்டு மேடைக்கு வருகிறாள். ஒரே கரகோஷம். மேலே மேலே பாட கரகோஷங்கள். பாடி முடித்துவிட்டு ஒன்ஸ்மோர்! இன்னொன்று கேட்டதையும் லட்சியம் செய்யாது உள்ளே போய்விடுகிறாள். அடுத்தடுத்த இரு காட்சிகளில் அவள் பாடவே இல்லை. ரசிகக் கூட்டம் விஷயம் தெரியாமல் ஆர்ப்பாட்டம் செய்து கொண்டிருந்தது. திரைக்குப் பின் நடிகர் நடிகையிடம் சென்று பாடாத காரணத்தைக் கேட்கிறார். நடிகை பதில் சொல்லாமல் இருக்கவே தன் குரல் சரியில்லாதது காரணமாக அவள் அவருக்கு மேலாகப் பாடிவிட்டால் அவரது பெயருக்கு ஹானி வந்துவிடக்கூடுமே என்ற நினைப்பில் பெருந்தன்மையாக நடந்துகொண்டு விட்டுக்கொடுத்தது தன்னை அவமதிப்பதாகும் என்று எடுத்துக்கொண்டு அதனால் ஏற்பட்ட ஆத்திரத்தில் அவளை அறைந்துவிட்டு அவளைப் பாடவைப்பதாக சபதம் செய்துவிட்டு, சுடுதண்ணீர் குடித்து குரலை சரிப்படுத்திக்கொண்டு மேடைக்குச்

சென்று இயல்பான குரலில் ‘அவரது ஃபேவரிட்’ அபிமான பாட்டொன்றை எடுப்பு எடுத்துப் பாடி கரகோஷத்தை அள்ளிப் பெறுகிறார். அதனால் ஏற்பட்ட மகிழ்ச்சி பாதிப்பில் புளகாங்கிதம் அடைந்த நடிகை தானும் அதுக்கு ஈடுகொடுத்துப் பாட நாடகம் நிறைவு பெறுகிறது. ரசிகர்கள் திருப்தியுடன்... இந்தக் கதையில் சம்பவத்தைவிட நடிகை நடிகர் இருவரது மனப் போராட்டம் உணர்ச்சி; பாவ மோதல்தான் பண்புருவான கதைச் சம்பவம்; கதானுபவம். இந்தக் கதை அவர் தொகுப்புகளில் சேர்க்கப்பட்டிருக்கிறது.

ஒரு கலைஞனுக்கு கலை ஆசை, புகழ் ஆசை, பண ஆசை ஆகியவை உண்டு. இவற்றில் வெற்றி ஏற்பட்டால் திருப்தியும், தோல்வி ஏற்பட்டால் வேதனையும் ஏற்படுவது உண்டு. இவற்றை வைத்துக் கதைகள் பல எழுதப்பட்டிருக்கின்றன. ஆனால் இவரது ‘கலைஞன் கவலை’ கதை பாத்திரம் சங்கீத மேதையின் கவலை வேறுவிதமானது. தன் மேதா விலாச சங்கீத ஞானத்தாலும் சாரீரத்தின் தனிச் சிறப்பாலும் பெயரும் புகழும், பணமும் பெற்றிருந்த பிரபல சங்கீத வித்வானுக்கு ஒரு ஜ்வரம் வந்து சாரீரத்தை அடித்துக்கொண்டு போய்விட்டது. அதோடு கியாதியும் போய்விட ஏழ்மையில் வாடி பிழைப்புக்கு டியூஷன் சொல்லித் தந்துகொண்டு ஏதோ ஒருவிதமாக ஜீவனம் நடத்திக்கொண்டிருக்கையிலும் அவரது தீரா கவலை அவரை அரித்துக்கொண்டிருந்தது. இந்த அவரது கீர்த்தி காலத்தையும் அவரது கஷ்ட காலத்தையும் அவருடன் பழகி அறிந்திருந்த கலாரசிக இளம் நண்பன் அவரை ஒரு தடவை பின்னால் சந்திக்க நேர்ந்தபோது அவர் அவனிடம் தனது தீராத கவலை என்று நினைத்திருந்தது தீர்ந்துவிடக்கூடிய வாய்ப்பைப் பெற தனக்கு ஈஸ்வரன் வழிவிட்டதாகச் சொல்லி அவனைப் பிரமிக்க

வைக்கிறார். தன்னோடு இருந்த ஒரு பையனைக் கூப்பிட்டு பாடச் சொல்கிறார். அந்தப் பையனின் இசைத் திறனைக் கண்டு, பிரமித்துப்போன தன் இளம் நண்பனிடம் வித்தையை வைத்துக்கொண்டிருப்பவன் பிறருக்கு அதை உபயோகப்படும்படி செய்யாவிட்டால் பிரம்மராட்சஸனாக அவன் பிறப்பான் என்று சாஸ்திரம் கூறுகிறது. என் வித்தை வீணாகப் போய்விடுமோ என்று நினைத்தபோதுதான் எனக்குக் கஷ்டமாயிருந்தது. நல்லவேளை ஈஸ்வரன் வழிவிட்டார். இவன் எனக்கு நன்றியோடு இருந்தாலும் இல்லாவிட்டாலும் சரி, இவன் என்னுடைய சிஷ்யன் என்று சொன்னாலும் சொல்லாவிட்டாலும் சரி, எனக்குக் கவலையே இல்லை. அவன் மேன்மையை உலகம் அங்கீகாரம் பண்ணினால் போதும் என்று மனம் நெகிழ்ந்து சொன்னபோது அந்த உன்னத கலைஞனுக்குள் உளைந்த கவலையின் தன்மை தெரிகிறது. இதுவும் சிறப்பு அம்சம் வாய்ந்த கதைதான். ஆனால் ஒன்று சொல்லியாக வேண்டி இருக்கிறது. சிதம்பரசுப்ரமண்யனின் ஆரம்பக் கால கதைகள் சிலதில் ஆரம்பம் முதல் முக்காலே மூணுவீசம் கதைப்போக்கு சிலாக்யமாக எழுதப்பட்ட பிறகு அது முடிவடையும் கடைசிக் கால் வீசம் அல்லது அதுக்கும் நிறைவான கட்டத்தில் கொஞ்சம் பிசிர் தட்டுகிறது. இந்தக் கதையில் கதை சொல்பவன் வாயால் கதாசிரியரின், 'கமெண்ட்' அதாவது வியாக்கியானம் அல்லது குறிப்புரைதான் அந்தப் பிசிர். நானும் அந்த மாதிரி சில செய்திருக்கிறேன் என்று நம்புகிறேன். ஆரம்ப எழுத்தாளர்கள் மன்னிக்கப்பட வேண்டியவர்கள். ஆனால் அவர்கள் முதிர்ந்தபின் இது தவிர்க்கப்பட வேண்டியதாகும்.

உடனிகழ்காலச் சமூகம், குடும்பம், சம்பந்தப்பட்ட கதைகளை எழுதிவரும் கதாசிரியர்களுக்கு திடீரென

புராண, சரித்திரக் கதைகளையும் எழுத வேண்டும் என்று தோன்றுவது உண்டு. அந்த நினைப்பில் எழுதப்பட்ட அவரது அடுத்த கதை, ‘விஷ கன்னிகை’ என்பது. இது சமஸ்கிருத நூல்களில் வரும் விஷ கன்னிகை என்பதை வைத்து எழுதப்பட்ட கற்பனை என்று கதாசிரியரே சொல்லிவிட்டார். சிறுவயது முதல் விஷம் உடலில் கொஞ்சம் கொஞ்சமாக ஏற்றப்பட்ட அழகிய பெண்களிடம் உறவு வைத்துக்கொண்ட ஆண் உடனே மரணமும் அடைந்துவிடுவான். இது அரசர்கள் எதிரி அரசர்களைப் பழிவாங்க உபயோகப்படும் சாதனம், ஆயுதம். இந்தக் கதையில் கதாசிரியர் அதை வைத்து எழுதிய கதையில் தன் பார்வையாக ஒரு கற்பனை ஏற்றி முடிவு கொடுத்திருக்கிறார். பழைய விஷ கன்னிகைகளுக்குத் தாங்கள் செய்யும் பாதகம் தெரியாது. இதில் வரும் விஷ கன்னிகையின் மனசாட்சி தான் செய்ய இருக்கும் பாபகாரியம் உறுத்துகிறது. மனப் போராட்டம் ஏற்படுகிறது. அவள் பழி வாங்க அனுப்பப்பட்ட அரசனிடம் உண்மையாகவே அவளுக்குக் காதல் ஏற்பட்டுவிட, தன்னால் அவன் இறக்க வேண்டி இருப்பதுக்கு திடுக்கிட்டு அவன் அவளை நெருங்கப் போகும் சமயம் தானே தற்கொலை செய்துகொள்ள அருவியில் குதித்துவிடுகிறாள். திடுக்கிட்ட அரசனும் அவளைக் காப்பாற்றக் குதித்து அவளைத் தழுவிக்கொள்ளும்போது இருவரும் இறந்து விடுகிறார்கள். சுவாரஸ்யமான வளர்ந்த கதை. அன்றைக்குப் புதுசு என்பதுக்கு மேல் விசேஷமாகக் குறிப்பிடும்படியாக இல்லை.

அடுத்து வருவது ராமையா மணிக்கொடியில் கடைசியாக எட்டாவதாக வந்த அவரது கதை ‘வேலையும் விவாகமும்’. முந்தின ஏழு கதைகளில் அதிலேயே கைபழகி ஆரம்பம் முதலே, அநேகமாக ‘பாஸ்மார்க்’

வாங்கி வந்த சிதம்பர சுப்ரமண்யன் இந்தக் கதையின் டிஸ்டிங்ஷன், என்கிற தனிச்சிறப்பு மார்க்கை வாங்கி விட்டார். நூற்றுக்கு நூறு 'சைகலாஜிகல்' சிறுகதை. விஷயம், உருவம், உத்தி, மதிப்பு எல்லாவற்றிலும் தலைசிறந்த கதைகளின் பட்டியலுக்குள் அடங்கக் கூடியது. மனவோட்ட கனத்தால் கதைக் களமாகி விட்டது. ஒரு கணத்தில் நிகழ்ந்து மறுகணத்தில் மறந்து போய்விடக்கூடிய விடவேண்டிய அற்ப சம்பவம், சாதாரணமாக அல்லது சகஜமாகக் கருதப்பட வேண்டிய, லட்சியப்படுத்த வேண்டாத, அற்ப சம்பவம், மிஸ் குஞ்சிதத்தை உலுக்கி அதிர்ச்சிகொள்ளச் செய்து, தான் செய்திருந்த பீஷ்ம சபதத்தையும் தானே முறித்து எறிய வைத்து மிஸஸ் பாஸ்கரனாக ஆக்கிவிட்டது. முப்பது காலத்து குஞ்சிதம், படித்து வேலைக்குப் போன முதல் இலக்கிய உலகத் தமிழ்ப் பெண் அவள்தான் என்று நான் நம்புகிறேன். கல்லூரியில் படித்த முற்போக்குவாதியாக பாரதியின் புதுமைப் பெண்ணுக்கு ஒரு படி மேற்போன வளர்ந்த கொள்கைக்காரி அவள். தன்னை விரும்பும் அல்லது தான் மதித்து நண்பராகப் போற்றும் புரொபஸர் பாஸ்கரனிடம் காதல், மணம் இவற்றுக்கு அப்பாற்பட்ட நட்பு உறவில் நடந்துகொள்ள முடியும் என்பதை நிரூபித்துக்காட்ட முடியும் என்ற வைராக்கிய பெருமைக்காரி அவள். அவளை அற்ப சம்பவம் முறியடித்து அத்தனையையும் உதறிவிட்டு 'நான் இனி உங்கள் சமையல்காரி' என்று சொல்லவைத்து விட்டது! எப்படி என்று வாசகர்கள் வியப்பில் ஆழக்கூடும். ஆழ்ந்தே இருங்கள். கதையைப் படித்துத் தெரிந்துகொள்ளும்வரை.

நமது புராதனமான கலாசார அமைப்புக்கு மேல்நாட்டு நாகரிக பாதிப்பால் உலுக்கல், அதிர்வுகள் ஏற்பட ஆரம்பித்த காலத்துக் கதை இது. பழமைக்கும் மதிப்பு

இன்னும் இருந்த காலம். இன்றைய பார்வையிலிருந்து பத்தாம்பசலி, மடிசஞ்சிக்காலம், ‘கன்ஸர்வேடிங்’ பார்வை என்றெல்லாம் பரிகசிக்கத் தோன்றும் போன காலம். வாழ்க்கைப் பார்வையே அப்படி இருக்க அதை வைத்துத்தானே இலக்கியப் பார்வையும் அன்று சாத்யமாக முடியும். நிகழ்காலத்தை மீறி எதிர்காலத்துக்குப் பார்க்கக் கூடாதா என்று கேட்கலாம். பேஷாகப் பார்க்கலாம், பாரதி, மாதவையா, வ.ரா. ஆகி யோர் பார்க்கவில்லையா என்ன? ஆனால் அவர்கள் வழியிலேதான் பார்க்கவேண்டும் என்ற சட்டாம்பிள்ளைத்தனம் படைப்பாளிக்குப் போட முடியாது. அவனுக்குப் பட்டால் நிச்சயம் செய்வான். நியாயம் காட்டுவான். ஆனால் படாவிட்டால் செய்ய மாட்டான். அதுக்கும் நியாயம் காட்டுவான். ராமையா ‘மலரும் மணமும்’ ‘பூச்சூட்டல்’ ‘நினைவு முகம் மறக்கவில்லை’ ஆகிய மூன்று விதவை பிரச்னை கதைகளில் மூன்று விதமாகப் படைப்பு பார்வை காட்டி இருக்கிறார். மூன்றும் நியாயமாகப்படுகிறது. அதுதான் படைப்பாளி தர்மம். சிதம்பரசுப்ரமண்யன் இந்தக் கதையில் அதைக் கடைப்பிடித்திருக்கிறார். எனவே கதையாளன், உத்தேசத்தையும், கதையின் போக்கையும் அதில் தரப்பட்ட ஆதாரத்தையும் சரிவர காரண காரிய தொடர்பின் நிறைவேற்றலையும் மதிப்பையும் வைத்துத்தான் கதையைக் கணிக்க வேண்டும். கதை விஷயத்தின் உவர்ப்பு, துவர்ப்பு, கசப்பு என்று தன் விருப்பு வெறுப்பை வைத்து இலக்கியத்தை அணுகக் கூடாது. அப்படிச் செய்தால் சங்க இலக்கியம் முதல் வரவிருக்கும் இருபத்தொராம் நூற்றாண்டு படைப்புகள் உள்பட எதுவும் நிலைக்காது என்ற எச்சரிக்கையுடன்தான் இன்றைய தலைமுறை வாசகர் தனக்கு முற்பட்ட காலத்து இலக்கியங்களை அணுகி

சாதனைகளை ரசிக்க வேண்டும். இலக்கியப் பயனை உணரவேண்டும்.

ராமையா மணிக்கொடியோடு முடிந்த இந்தத் தலை சிறந்த சிறுகதைக்குப் பின் ப. ரா. மணிக்கொடியில் 'அசலும் நகலும்' என்ற கதையை சிதம்பரசுப்ரமண்யன் எழுதி இருக்கிறார். முதல் மனைவி ஒரு குழந்தையைப் பெற்றுவிட்டு காலமாகிவிட்ட பிறகு அவளது தங்கையை மணந்தவனின் முதல் மனைவி நினைவுகள் சுற்றி வந்துகொண்டே இருக்க, இளையவள் மனநிலைக்கும் பாதகம் ஏற்படாமல், மூத்தவள் நினைவையும் மறக்கமுடியாமல் சமாளித்துக் குடும்பம் நடத்துபவனை வைத்து நளினமாக எழுதப்பட்ட மெல்லிசான, மென்மையான நயமான உளவியல் கதை. சுந்தரராஜனைப் போலவே சாமான்யமான விடியங்களைக் கதைகளுக்குப் பயன்படுத்தி அமைதியான தொனியில், நயமான வர்ணனைப் பாங்குடன் மென்மையான உணர்ச்சி ஓட்ட சித்தரிப்புடன் ஒரு சிலிர்ப்பு மட்டும் கொடுக்கும், தீவிர அதிர்ச்சி ஒருவித முடிவுகளுடன் அமைந்த இந்தக் கதைகளின் தனித்தன்மை மணிக்கொடி சிறுகதை இயக்கத்தில் இன்னொரு பரிமாணம் சேர்ந்த சாதனையாகும்.

ஸி.எஸ். செல்லப்பா

நான் அப்போது சி.சு. செல்லப்பா அல்ல. 1939ல் வ.ரா. ஆசிரியப் பொறுப்பு ஏற்றிருந்த வார 'பாரததேவி' யில்தான் நான் சி.சு.செ. ஆனேன். என் முதல் கதை 'புரூப் ஸ்டாண்டிங்' காலியை எடுத்துக்கொண்டு என் மேஜை முன் வந்து நின்ற வ.ரா. திடுதிப்பென என் ஊரையும் அப்பாவின் பெயரையும் கேட்டார். சொல்லவும். 'ஏன் ஸார்... சி.சு. செல்லப்பா என்று வைத்துக்கொள்ளக் கூடாது? அரைத் தமிழனாக இருக்கிறீர்' என்று கேட்டுவிட்டு சடக்கெனத் திரும்பி தன் அறைக்குப் போய்விட்டார். பக்கத்தில் இருந்த கு.ப. ராவைப் பார்த்தேன். புன்னகையுடன் அவர் இப்படித்தான் 'படக்' என்று சொல்லுவார் என்றார். வ.ரா. இப்படிச் சொல்லிவிட்டுப் போகவும் என் கதையை புரூஃப் திருத்திக்கொண்டிருந்தபோது எனக்குள் அவர் சொன்னது மனதில் சுழன்றுகொண்டிருந்தது. திருத்தி முடியவும் கதைத் தலைப்பில் இருந்த என் இனிஷியல் ஸி.எஸ். என்பதை அடித்துவிட்டு சி.சு. என்று போட்டேன். காலி வ.ரா.விடம் போகவும்

மறுபடியும் அவர் என் மேஜைக்கு வந்து 'ஸார். இப்போதுதான் நீங்கள் முழுத் தமிழன்' என்று கணீரெனச் சொல்லிவிட்டுச் சென்றார். வ.ரா.வுக்கு ஆங்கில வெறுப்பு அல்ல. தமிழிடம் அவ்வளவு பற்று. பாரதிக்கும் மேலாக என்று கூட சொல்லலாம்.

'அசுவதி' என்ற என் நக்ஷத்திர புனைபெயரில்தான் 'சுதந்திரச் சங்கு' வாரப்பதிப்பில் என் முதல் கதை பிரசுரம் ஆயிற்று. அது நின்றதும்தான் என் பார்வை வ.ரா.வின் வார 'மணிக்கொடி'க்குத் திரும்பியது. அதில் ஸி. எஸ். செல்லப்பா என்றுதான் எழுதினேன். 'சுதந்திரச் சங்கு' வில் நான் நான்கு கதைகள் எழுதி இருந்தேன். வ.ரா. 'மணிக்கொடி'யில் நான்கு கதைகள் எழுதி இருந்தேன். ஆக ராமையா மணிக்கொடிக்குள் நான் நுழையுமுன் எட்டுக் கதைகள் எழுதி இருந்தேன். சிறுகதையில் நடைபழகியது இந்த இரண்டு களத்திலும்தான்.

1933ல் மே மாத ஆனந்த விகடன் இதழ் ஒன்றில் ராமையாவின் 'மலரும் மணமும்' கதை வெளிவந்தபோதுதான் தற்காலச் சிறுகதையின் நிழல் என் மனதில் விழுந்தது. வத்தலகுண்டு பி. எஸ். ராமையா என்ற பெயர் ஊர் அபிமானத்தை எனக்குள் ஏற்றியது. அப்போது என் தந்தை ஓவர்சியராக இருந்த ஸ்ரீவைகுண்டத்தில் இருந்தேன். பி.ஏ. பாக்கியை முடிக்கப் படித்துக்கொண்டிருந்த சமயம். அங்கே பொழுதுபோக்க இரண்டு மூன்று நண்பர்கள் உண்டு. ஆனந்த விகடன், கலைமகள், பிரசண்ட விகடன் ஆகிய மூன்று பத்திரிகைகளைப் பற்றிப் பேசுவோம். ராமையா கதை எங்களைக் கவர்ந்தது. ஆனந்த விகடன் விலை இரண்டணா. ஒன்று வாங்கி திரும்பத் திரும்ப கதையைப் படித்தேன். விவரம் புரியாமல்

ஒரு ஈடுபாடு அந்தக் கதையுடன் ஏற்பட்டது எனக்கு. அப்போது நாங்கள் கல்கி கிருஷ்ணமூர்த்தியின் விகடன் கதைகளையும் படிப்பதுண்டு. ஏதோ ஒரு வித்யாசம் இருப்பதை நிழலாக உணர்ந்தேன்.

முப்பதுகளில் முப்பத்துமூன்று குறிப்பிடத்தக்க காலகட்டம். அப்போது 'ஆனந்த விகடன்' ஆரம்பமாகி ஒரு ஆண்டு அல்லது இரண்டாண்டு ஆகும் சமயம். 'கலைமகள்' ஆரம்பமான சமயம். விகடன் முதல் நூறு ரூபாய் போட்டியை அடுத்துப் பதினைந்து ரூபாய் பரிசுப் போட்டி ஆறு வாழ்க்கைத் துறை விஷயங்களை வைத்து நடத்தியது. அதுக்கு ஒரு கதை எழுதணும் போல திடீரென்று எனக்குத் தோன்றியது. மில் தொழிலாளி கதை ஒன்றை கற்பனை பண்ணி போட்டிக்கு கம்போசிசன் மாதிரி அனுப்பி வைத்தேன். அதுக்கு பள்ளிக்கூட ஆசிரியர் ஒருவேளை பாஸ் மார்க் போடலாம். விகடன் போட்டி நீதிபதிகளுக்கு அது போதாதே. போட்டி முடிவு வந்தபோது என் பெயர் வரவில்லை. கொஞ்சம் ஏமாற்றம். அதுவும் நல்லதுக்குதான். கிடைத்திருந்தால் நான் விகடன் எழுத்தாளனாக ஆகி இருப்பேன்.

'விகடன்' இரண்டு பரிசுப் போட்டிகளின் பாதிப்பால் 'கலைமகள்' பதினைந்து ரூபாய் போட்டி வைத்தது. அதுக்கு அந்தப் பழைய கதையை அனுப்பலாமா என்று முதலில் நினைத்துப் பிறகு, 'இந்தப் பழமும் புளிக்கும்' என்று இருந்து விட்டேன். பிச்சமூர்த்தியின் 'முள்ளும் ரோஜாவும்' கதைக்கு பரிசு கிடைத்தது. அதை நாங்கள் படிக்கவும் பிரமித்துப் போனோம். ராமையா கதையை அப்போதைக்குத் தள்ளிவைத்துவிட்டு இதைப் பற்றியே பேசினோம். இந்தச் சமயம் 'காந்தி' மாதமிரு பத்திரிகை வெளிவர ஆரம்பித்தது. ராமையா தொடர்ந்து சில

கதைகள் அதில் எழுதினார். ஒவ்வொன்றும் எங்களைப் பாதித்தன. அந்தச் சமயம் நான் செப்டம்பர் பரீட்சை எழுத சென்னை வந்து திருவல்லிக்கேணி ஹைரோடில் அப்போது பாரதி பிரசுராலயம் இருந்த மாடியில் ரூம் எடுத்துக்கொண்டிருந்தேன். செப்டம்பர் பதினேழாம் தேதி 'மணிக்கொடி' வாரப் பதிப்பு வெளிவந்தது. அதை வாங்கிப் படித்தேன். அதில் வந்த ஒரு சில கதைகள் என்னைக் கவர்ந்தன. ஆனாலும் மார்கழி மலர், மணல் வீடு என்ற இரண்டு கதைகளை எழுதி ஸ்டாம்பு கவருடன் விகடன் பத்திரிகைக்கு அனுப்பினேன். நான் திகைக்கும்படியாக இரண்டே நாட்களில் நான் அனுப்பிய கவரில் அவை திருப்பி வந்து விட்டன! பிறகு பரீட்சை எழுதிவிட்டு ஊர் திரும்பிவிட்டேன். எனக்கும் கதைக்கும் விகடனுக்கும் வெகு தூரம் என்று பட்டுவிட்டது. என் இலக்கிய நண்பர்களுடன் மணிக்கொடியில் வ.ரா. எழுதிவந்ததை எல்லாம் படித்துப் பேசிக்கொண்டிருப்பதுண்டு.

அப்போது 'சுதந்திரச் சங்கு' வாரப்பதிப்பு சங்கு சுப்ரமண்யனை ஆசிரியராகக் கொண்டு ஓரணா விலையில் மணிக்கொடி வந்து ஏழு வாரங்களில் (24-11-33) வெளிவந்தது. ஏற்கெனவே காலணா தேசிய எழுச்சி பத்திரிகையாக இருந்தது சங்கு. முதல் வாரப் பதிப்பை பார்க்கவும் நான் மகிழ்ந்து போனேன். சங்கு சுப்ரமண்யன், தி.ஜ,ர, வ.ரா., பாரதி ஆகியோரின் எழுத்துகளும் இன்னும் பலவித அம்சங்களும் என்னைக் கவர்ந்தன. இரண்டு மூன்று இதழ்களைத் திரும்பத் திரும்ப படித்தபின், அதில் வந்த சிறுகதைகளின் போக்கைக் கொஞ்சம் கூர்ந்து கவனித்து என் பழைய கதைகள் இரண்டையும் திருத்தி எழுதி 'சுதந்திரச் சங்கு'வுக்கு அனுப்பினேன். நான் எதிர்பாராதவிதமாக

சங்கு சுப்ரமண்யனிடமிருந்து ஒரு கார்டு வந்தது. அதில் 'இளந்தோழா, தங்கள் கதை கிடைத்தது. புதிய கை என்று தெரிகிறது. எழுதி எழுதி கிழித்தெறியுங்கள். தங்கள் கதையைத் திருத்தி வெளியிடுகிறேன்' என்று இருந்த வரிகள் என்னைத் திகைப்படைய வைத்தன. அதன் ஆறாவது இதழில் *(5-1-34)* 'என் கதை' அதே தலைப்புதான் வெளியிடப்பட்டிருந்தது. ஆவலோடு அதைப் படித்தேன். என் கதையை அப்படியே வைத்துக்கொண்டு என் வாக்கியங்களுடன் தன் வாக்கியங்களையும் சேர்த்து என் கதையைச் சரிசெய்து சிறுகதையாக ரசவாதம் செய்துவிட்டார் 'சங்கு' ஆசிரியர் சுப்ரமண்யன். அதைப் படித்ததும் எனக்கு ஏற்பட்ட விழிப்பு ஐம்பத்தி ஆறு ஆண்டுகளுக்குப் பின்னும் என் நினைவில் இருக்கிறது. அடுத்த கதையை இது எழுதப்பட்ட பாணியில் எழுதிவிட்டால் போச்சு என்று சொல்லிக்கொண்டேன். அடுத்து நான் 'கனவு' என்ற வ.ரா. பாணி கட்டுரை எழுதி அனுப்பினேன். அதில் ஒரு சொல் எடுக்காமல் ஒரு சொல் சேர்க்காமல் அப்படியே பனிரெண்டாவது இதழில் போட்டுவிட்டார் சங்கு. நான் கட்டுரையாளன் ஆகிவிட்டேன். அடுத்து 'பசி' என்ற கதையை அனுப்பினேன். அதன் பதினாறாவது இதழில் *(16-3-34)* அந்தக் கதையும் ஒரு கமா, புள்ளி மாற்றாமல் அப்படியே வெளிவந்தது. நான் சிறுகதையாளனாக ஆகிவிட்டேன். இதுதான் என் இலக்கியச் சிறுகதைத் தொழில் ஆரம்பம்.

'சுதந்திரச் சங்கு' வில் வெளிவந்த என் கதைகள் நான்கு. மார்கழி மலர், பசி, வஞ்சம், செய்த கணக்கு என்பவை. என் முதல் கதையே ஏழ்மை பற்றியதுதான். ஏழைப் பெண்ணுக்கு மார்கழி மாதம் தன் வீட்டு வாசல் கோலத்தில் பறங்கிப் பூ வைக்க வசதி இல்லை.

பக்கத்து வீட்டு வாசலில் வைத்திருந்த பூவைத் திருடிக்கொண்டு வரும்போது விரட்டப்பட்டு தடுக்கி விழுந்து ரத்தக்காயம் பட்டுவிடுகிறது. மயக்கம் தெளிந்து விழிக்கவும் இரக்கப்பட்டு அவளுக்குப் பூக்களைக் கொடுத்தபோது வெறித்த முகத்துடன் பார்த்து அவற்றை வீசி எறிந்து விடுகிறாள். சிறுமி மன சித்தரிப்பு. மெல்லிசான கதை. பிற்பாடு கதை முடிவில் சங்கு தந்திருந்த முத்தாய்ப்புக் கருத்து எனக்குக் கொஞ்சம் ரொமான்டிக்காகப் பட்டதால் அந்த வரிகளுக்குப் பதிலாக யதார்த்தமான முடிவு கொடுத்து முடித்தேன்.

அடுத்த கதை 'பசி' (பிறகு 'பைராகி'யாகி விட்டது.) அது சிறுகதை அளவுக்கு உயர இயலாமல் ஒரு சம்பவ வர்ணனை அளவுக்கு நின்றுவிட்டது. கடும்பசியுடன் தர்ம சத்திரத்துக்கு வந்த பைராகி ஒருவன், அவனுக்குத் தரப்பட்ட உணவு சாமான்களைச் சமைத்துச் சாப்பிட நேரம் இல்லை. அரிசி முதல் ஒவ்வொன்றையும் - விறகு தவிர - அப்படியே பச்சையாகத் தின்றுவிட்டுப் போய்விடுகிறான். எனக்குள் மனவோட்டம் 'பாரதபுத்திரன் ஒவ்வொருவனும் இப்படி இருந்தால்' என்று தேசியவாதியாக ஒரு கமன்ட்டுடன் முடித்தேன். 'பொன்னகரம்' மில் புதுமைப்பித்தன் 'கற்பு கற்பு என்று கதைக்கிறீர்களே, இதுதான் 'பொன்னகரம்' என்று முடித்த மாதிரி. அதைப் போலவே இதுவும் சிறுகதை ஆகவில்லை. இந்த வித ஆசிரிய ஆதங்கம் சிறுகதைக்குக் கூடாது. அடுத்த கதை 'வஞ்சம்' கிராமியக் கதை. பழிவாங்கல், துப்புத் துலங்கல் இரண்டும் சேர்ந்தது. பண்ணையாரின் விளைந்த வயல் கதிர்களை இரவோடு இரவாய் அறுத்துத் தள்ளப்பட்டது. அன்று காவலுக்குப் போகாமல் மெத்தனமாக இருந்துவிட்டதால் ஏற்பட்ட விபரீதத்தில் அந்தப் பண்ணைக்காரன் ஆண்டையால்

கண்டிக்கப்பட்டு பண்ணை நீக்கம் செய்யப்படுகிறான். பிழைப்பில் மண் விழுந்த ஆத்திரத்தில் அவன், வயலில் துப்பாகக் கிடைத்த அரிவாளை வைத்து அந்த அரிவாளுக்குச் சொந்தமானவனைப்பற்றி அறிய துப்பறிகிறான். துப்புக் கிடைத்து விடுகிறது. அவன் இவனுக்கு முன் பண்ணையாரிடம் பண்ணை பார்த்து தவறு செய்ததுக்காக விலக்கப்பட்டவன். அவன் இடத்தில்தான் இவன். இருவரையும் பழிவாங்க செய்த வேலை இது. இருட்டில் அவனை அடித்துப்போட்டு ஆண்டையிடம் போய் விஷயம் தெரிவிக்கிறான். பண்ணை வேலை அவனுக்குத் திரும்பக் கிடைக்கிறது. ‘சுதந்திரச் சங்கு’ முதல் இதழில் தி. ஜ. ரங்கநாதன் ‘திருடன் தந்த லஞ்சம்’ என்ற கதை எழுதியிருந்தார். நல்ல கதை. அதை ஆழ்ந்து படித்ததில் உருவ நயம் பிடிபட்டது. அந்த பாணியில் இந்தக் கதையை எழுதினேன். ஆரம்ப எழுத்தாளனான எனக்கு மாடல் தேவைப்பட்டது. கதைக்கு உரிய விஷயம் மனதில் இருந்தாலும் உருவம் கொடுப்பதுதான் சிரமமானது. எனவே அப்போது நான் படிக்கும் கதைகளின் உருவத்தை நுட்பமாக ஆராய்வேன். கதை ஆரம்பம். முடிவு, நடை, சொல், வர்ணனை, பாரா அமைப்பு, கதையின் தொடர்போக்கு, (சீக்வன்ஸ்) வாக்ய அமைப்பு முதலிய குணாம்சங்களை மனதில் பதிந்து கொள்வேன். அந்த நாட்களில் மட்டுமல்ல இன்றும்கூட அப்படித்தான்.

அடுத்த கதை ‘செய்த கணக்கு’. இரண்டாவது குழந்தைக் கதை. குழந்தைகளைப் பற்றி எழுதுவதில் நான் பின்னால் ‘ஸ்பெஷலிஸ்ட்’ என்று பெயர் எடுத்ததுக்கு ஆரம்பமாக இருந்தவை இந்தக் கதைகள். படிப்பு அவ்வளவாக வராத பையன். அடிமேல்

அடிவைத்தால் அம்மியும் நகரும் என்ற நம்பிக்கை வைத்த தந்தை. படிப்பு விஷயமாக மட்டும் அளவுமீறி அவனை அடித்துக் கண்டிப்பவர். அந்த பயத்தில் அவனுக்கு உள்ளதும் போய்விடும். அவன் தங்கை சிறு குழந்தை. அண்ணா அடிபடுவதைப் பார்த்து வேதனைப்பட்டு அவனுக்கு உதவி செய்ய சிலேட்டில் கிறுக்கி எழுதி அவனிடம் அவனுக்காகத் தான் செய்திருப்பதாகவும் அப்பாவிடம் அதைக் காட்டிவிட்டு சீக்கிரம் விளையாட வரும்படி அழைக்கிறது. அந்த வாஞ்சை உள்ள அழைப்பு அவனைப் பாதித்து அவன் மனம் சுறுசுறுப்பாக வேலை செய்கிறது. ரொம்ப மென்மையான கதையம்சம். மனவோட்ட கதை. ‘அசுவதி’ புனைபெயரில் சுதந்திரச்சங்குவில் கடைசிக் கதை. அது நின்றுவிட்டது எனக்கு வேதனையாக இருந்தது. இனி எதில் எழுதுவது?

அப்புறம்தான் வ.ரா. மணிக்கொடிக்குத் திரும்பினேன். மணிக்கொடி என் கதை கட்டுரைகளை எப்படி வரவேற்குமோ என்ற சந்தேகம். மணிக்கொடி பொறுப்பாளர்கள் சுதந்திரச் சங்குவைப் பார்த்திருப்பவர்கள்தான். ஆனால் நான் அசுவதி என்ற புனைபெயரில் எழுதி இருந்ததால் என் பெயர் அவர்களுக்குத் தெரிந்திருக்க வழி இல்லை. ‘மூன்றுக்குப் பின்’ என்ற ஒரு கதையை அனுப்பினேன். மணிக்கொடி கதையாளர்கள் தங்கள் காலச் சூழ்நிலை பற்றிய தேசிய சமூகப் பிரச்சனைகளைத் தொடவே இல்லை என்று ஒரு சில கிளிப்பிள்ளைகள் அங்கங்கே சொல்லிக் கொண்டிருப்பதைக் கேட்கிறேன். அவர்களுக்கு பதில் சொல்லும் நாங்கள் பலர் அப்பொழுது எழுதியுள்ள பல கதைகள், இவர்களுக்கு எட்டாதது எங்கள் குற்றம் அல்ல. அதுக்கு பதிலாக உள்ள கதைகளில் இதுவும்

ஒன்று 1934லேயே எழுதப்பட்டது. பள்ளிக்கூட படிப்பு நாட்களில் காலித்தனமாக நடந்து வந்து கெட்டுப் போனவன் சத்யாக்கிரகியாக நீண்ட சிறைவாசம் செய்துவிட்டு அவன் வாழ்க்கையே மாறிவிட்ட விஷயம் பற்றியது. அடுத்தது ‘திருடன்’ என்ற கதை. இந்தக் கதைக்கு விஷயம் அப்போது வெளிவந்த (ராஜா சாண்டோ கோஹர் நடித்த) ‘குணசுந்தரி’ என்ற மவுனப் படத்திலிருந்து ஒரு சம்பவத்தை எடுத்து எழுதப்பட்டது. வியாதியாக இருந்த மனைவிக்கு, பிச்சை எடுத்துக் கிடைத்த ஓரணாவுக்கு பால் வாங்கிக் கொண்டு வேகமாக வீடு திரும்பும்போது பால் குவளை எதிரே வந்தவரோடு மோதிக்கொண்டதில் பால் கொட்டிவிடுகிறது. வேதனையுடன் அவன் போகும்போது, திறந்திருந்த ஒரு பங்களாவுக்குள் நுழைந்து ஒரு அறைக்குள் போக, அங்கிருந்த உயர்ந்த பொருள்கள் எதையும் தொடாமல் கிடைத்த நிக்கல் நாணயங்களில் ஒரு அணா நாணயத்தை மட்டும் எடுத்துத் திரும்பும்போது, அவன் கைதடுக்கி மேஜை சாமான் ஒன்று கீழே விழுந்துவிட்ட சமயத்தில், அங்கே படுத்திருந்த வீட்டு எஜமானி விழித்துக்கொண்டு திருடனைக் கண்டு கத்திவிடுகிறாள். நடுங்கிய திருடன் அவள் காலில் விழுந்து தன் நிலையைச் சொல்கிறான். அவன் பேச்சு நடத்தை தோரணையைக் கண்டு மனம் இளகிய எஜமானி அவனைத் தன் கட்டிலுக்குப் பக்கத்தில் உள்ள காலியாக இருந்த கணவன் கட்டிலில் படுக்கச் சொல்ல அவன் மறுத்தும் - வற்புறுத்தி போர்வையால் மூடிவிட்டு, சத்தம் கேட்டு ஓடிவந்த பங்களா வேலைக்காரர்களிடம், தான் கனவு கண்டு உளறியதாகவும் கணவன் தூங்குவதால் சத்தம் போடாமல் போகும்படியும் சொல்லி, பிறகு பிச்சைக்காரத் திருடனுக்குப் பணம் கொடுத்து

அனுப்பி வைக்கிறாள். பாலை வாங்கிக் கொண்டு வீடு சென்றபோது அவன் மனைவி இறந்து கிடந்தாள். அவள் கொடுத்த பணத்தைக் கொண்டு அவளை அடக்கம் செய்துவிட்டு அந்த எஜமானி வீடு நோக்கிச் சென்றான்.

அடுத்த கதை 'திருத்தம்'. கலாசாலையில் படிக்கும் மாணவன் படிப்பைக் கவனிக்காமல் சினிமா பைத்தியமாக இருப்பதைக் கண்டு அவனைத் திருத்த முடியாமல், அவன் வற்புறுத்தலால்தான் கூடவே சினிமா பார்த்த ஆப்த நண்பன் அவனைத் திருத்த செய்த சதி பற்றியது. இதைத் தொடர்ந்த கதை 'அவள் மேல் ஜாதியாம்' என்பது. மணிக்கொடிக்காரர்களுக்கு சமூகப் பிரக்ஞை கிடையாது என்ற கருத்துக்கு மற்றொரு பதில், ஜாதிக் கொடுமை பற்றியது. தலையில் தண்ணீர் பானையும் கையில் கலயம், மண்வெட்டியுமாக ஹரிஜனச் சிறுமிகள் சேறாக இருந்த வயல்களுக்கு நடுவே உள்ள நீண்ட வரப்பில் பாதி தூரத்துக்கு மேல் வந்துவிட்டபோது உயர்ஜாதி கிழவி அதைப் பார்த்தும், அவர்கள் அவளை நிற்கச் சொன்னதையும் லட்சியம் செய்யாமல் அதே வரப்பில் நடந்து வந்துவிடுகிறாள். சிறுமிகள் தம் சிரமத்தைச் சொல்லியும் கேட்காமல் அவர்களைத் திரும்பிப் போகச்சொல்லி மிரட்டுகிறாள். அந்தச் சிறுமிகள் தவிக்கையில் ஒரு சிறுமி அவளை வயலில் இறங்கி நிற்கச் சொல்லவும் கிழவி கோபம் கொண்டு அந்தச் சிறுமியை அடித்து அவள் பானையையும் மற்றவர்கள் பானைகளையும் உடைத்து நொறுக்கிவிட்டு மண்வெட்டியைப் பிடுங்கிக்கொண்டு போகிறாள். அவ்வழியே வந்த இதைப் பார்த்த இருவர் கிழவியை சாந்தப்படுத்தி மண்வெட்டியை திருப்பிக் கொடுக்கச் செய்வதே பெரும்பாடாகிவிட்டது.

இதன்பின் ‘பிச்சைக்கார வாழ்க்கை’ என்ற கதை. அது அவர்கள் வாழும் குடிசைப் பகுதியில் ஏற்பட்ட மூன்று நாள் சம்பவ நிகழ்ச்சிகளைத் தொகுத்து எழுதப்பட்டது. ஒரு ‘ஸ்கெச்’ என்றுதான் சொல்லலாம். இவை தவிர இரண்டு மொழிபெயர்ப்புக் கதைகளும் அதில் வந்தன. இந்த இரண்டு கதைகளை மொழிபெயர்த்தது இரண்டு காரணங்களுக்காக. நல்ல கதைகளை மொழிபெயர்ப்பது என்பதோடு மொழிபெயர்ப்பு எனக்கு கதை உருவம், வர்ணனை பிடிபட உதவவும் பயன்பட்டது. இந்த இரு மொழிபெயர்ப்புகளைத் தள்ளி விட்டாலும் ராமையா மணிக்கொடியில் என் முதல் கதையான ‘ஸரஸாவின் பொம்மை’ யை எழுதும் முன் எட்டுக் கதைகள் எழுதி இருக்கிறேன். இந்த எட்டுக் கதைகளும் திறமை அறிகுறி காட்டியவை. உருவ அமைப்பும். விஷயாம்சமும் சரியாக அமைந்தவைதான். இந்த எட்டுக் கதைகளிலே விஷயம் சம்பந்தமாக எந்தெந்தத் துறைகளிலிருந்து தேர்ந்தெடுத்திருப்பது தெரியும். பெரும்பாலும் குறைந்தபட்ச கதையம்சம் இருப்பதும் உணரமுடியும். ‘ஸைகலாஜிகல்’ பாங்காக சிதம்பரசுப்ரமண்யன், சுந்தரராஜன் கதைகள் போலவே ஆரம்பம். போகப்போக என் வளர்ச்சியில் இதில் விசேஷ கவனம் செலுத்தப்பட்டிருக்கிறது. இனி மணிக்கொடி கதைகளுக்குப் போவோம்.

ராமையா மணிக்கொடியில் நான் எழுதியவை எட்டு. பிறகு ப.ரா. மணிக்கொடியில் எழுதியவை மூன்று. ஆக பதினொரு கதைகள். முதல் இதழில் வெளிவந்த முதல் கதை ‘ஸரஸாவின் பொம்மை’. முதல் இதழ் பற்றிய மதிப்பீட்டில் இந்தக் கதைக்குத்தான் தனிச்சிறப்பான இடம் கிடைத்தது. தினமணியில் இளங்கோவன் ‘இதழை ஆராய்கையில், இந்த மணிக்கொடியில் ‘ஸரஸாவின்

பொம்மை' என்ற கதை முதன்மை ஸ்தானம் வைக்கிறது. உல்லாசமான நடையில் உணர்ச்சிப்பெருக்கை நுணுக்கமாகக் குறிப்பிடும் இந்தக் கதையை எழுதிய ஸ்ரீ செல்லப்பாவிற்கு எதிர்காலம் ஜெயகோஷம் புரிகிறது' என்று குறிப்பிட்டிருந்தார். இரண்டாவது இதழில் 'முதல் அத்தியாயம்' பகுதியில் ராமையா 'செல்லப்பா, ஸரஸாவின் குழந்தை மனத்தைப் படம் பிடித்துக்காட்டி, காலத்துடன் அங்கு தோன்றும் மாறுதலையும் எடுத்துக்காட்ட முயன்றிருக்கிறார். அந்தக் குழந்தைப் பாத்திரத்தை சித்தரித்துக்காட்டி, அதிலேயே மிகமிக நுட்பமாகக் கதாநாயகன் என்ற பாத்திரத்தையும் எடுத்துக்காட்டும் அவர் திறமையை வியக்காமல் இருக்கமுடியுமா' என்று ஒரு பத்திரிகாசிரியர் குறிப்பிட்டதாக எழுதி இருக்கிறார். இன்னொரு விஷயம்- இந்தக் கதையைப் படித்த மணிக்கொடி சீனிவாசன் ஆங்கிலத்தில் மொழிபெயர்த்து பம்பாயில் அவர் ஆசிரியப் பொறுப்பேற்று இருந்த 'ஸண்டே ஸ்டாண்டர்டு' பத்திரிகையில் வெளியிட்டார். நான் நினைக்கிறேன் - சரியோ தப்போ - முப்பதுகளில் முதல் முதலில் ஆங்கிலத்தில் மொழிபெயர்க்கப்பட்டு வடநாட்டில் வெளிவந்த தமிழ்க் கதை 'ஸரஸாவின் பொம்மை' தான் என்று நம்புகிறேன்.

அந்தக் கதையில் அப்படி என்ன சிறப்பு எனக் கேட்டுக்கொள்ளலாம். இந்தக் கதை வெளிவருவதற்கு முன் ராமையாவின் 'நக்ஷத்திரக் குழந்தைகள்' வெளிவந்திருக்கிறது. அதையடுத்து 'புதுமைக் கோவில்'. இரண்டும் நல்ல கதைகள். குழந்தைகள் பற்றியதுதான். 'ஸரஸாவின் பொம்மை', 'ஸைகலாஜிகல்' என்ற அம்சத்தில் உணர்ச்சியை அடிப்படையாகக் கொண்டது. என் முந்தின மார்கழி மலர், செய்த கணக்கு இரண்டும்

இதே ரகத்தது என்றாலும், அந்த இரண்டையும் விட கதை விஷயம் இன்னும் மென்மையானது. அந்த இரண்டில் கொஞ்சம் கதை இருந்தது. இதில் அதுவும் இல்லை. மனவோட்டம், தன் நினைப்பாகவே எண்ணங்களையே வெளியிடும் போக்கு (ரிஃப்ளெக்டிவ்). வர்ணனையும் முதல் கதைகளைவிட இதில் சற்று நயமாக இருக்கிறது. இந்தக் கதைக்கு ஒரு வரலாறு இருக்கிறது.

மதுரையில் பி.ஏ. ஒரு பகுதி மீதி பரீட்சைக்குப் படித்துக் கொண்டிருந்தபோது (1935 பிப்ரவரி 18) ராமையாவும் வத்தலக்குண்டு பி. எஸ். சங்கரனும் என் அறைக்கு வந்தார்கள். நான் இல்லை. பிறகு சங்கரன் என்னைப் பார்த்து விஷயத்தைத் தெரிவித்து ஒரு கதை எழுதி ராமையாவுக்கு உடனே அனுப்பச் சொல்லிவிட்டுப் போனார். மார்ச் 12 ராமையா ஒரு கடிதமும் அனுப்பினார். பி. எஸ். சங்கரன் மூலமும் மீண்டும் தெரிவித்தார். எனக்குப் பரீட்சை சில தினங்களில் வர இருந்தது. எனவே அவசரக் கதை எழுத முடியாது என்று படித்துக்கொண்டிருந்தேன். ‘மணிக்கொடி’ சிறுகதைக்காக வரப்போகிறது. அதில் எழுதும் வாய்ப்புக் கிடைக்கிறது. அதைத் தவறவிடுவதா? மனதுக்குள் குடைந்தது. பாட புஸ்தகத்தை வைத்துவிட்டேன். கதை எழுத முற்பட்டேன். கொஞ்ச மாதங்களாக ஒரு சம்பவம் மனதில் உழன்றுகொண்டிருந்தது.

என் தாய் மாமன் மகள், நான்கு வயதுக்குள்தான் இருக்கும். ஒரு நாள் மாலை வீட்டுக்குப் போனபோது சாப்பிட அழுது மகா முரண்டு பண்ணிக்கொண்டிருந்தது. கூடம் முழுதும் சாதம் இறைந்துகிடந்தது. நான் நுழையவும் மாமி என்னை வரவேற்றுவிட்டு அவளிடம், ‘இதோ பாரு. அத்தான் வந்திருக்கான். நீ சீக்கிரம்

சாப்பிடு, அப்போதான் உன்னைக் கலியாணம் பண்ணிப்பான்' என்று அகஸ்மாத்தாகச் சொன்னாள். நான் சிரித்துக்கொண்டு அந்தக் குழந்தையிடம், 'ஆமாம், சமத்தாகச் சாப்பிட்டால்தான் உன்னைக் கல்யாணம் பண்ணிப்பேன்' என்றேன். அவ்வளவுதான். கிண்ணத்து சாதம் முழுவதும் உள்ளே போய்விட்டது. மாமி அந்த ஆயுதத்தைப் பிறகு தினமும் பயன்படுத்தி இருக்கிறாள். பலன் கிடைத்திருக்கிறது. இதுதான் சம்பவம். அது நினைவுக்கு வந்தது. எழுத ஆரம் பித்தேன். 'வழக்கம்போல கலாசாலை விட்டதும் ஸரஸாவைப் பார்த்துவிட்டுப் போவதற்காக மாமா வீட்டிற்குள் நுழைந்தேன்' என்று ஆரம்பித்தேன். கதை வெகுவேகமாக வளர்ந்தது. ஒரே மூச்சில் இரண்டு மூன்று மணி நேரத்துக்குள் எழுதி முடித்து விட்டேன். மறுமுறை கூட திருத்தி எழுதவில்லை. பதினாறாம் தேதி 'ஸரஸாவின் விருப்பப்படியே' என்ற தலைப்பில் அன்றைய தபாலிலேயே என் உறவினனுக்கு அனுப்பி ராமையாவிடம் கொடுக்கச் சொல்லிவிட்டேன். அவர் கதையைக் கொடுத்துவிட்டதாகவும் ராமையா போடப்போவதாகவும் தெரிவித்து எழுதினார். எனக்கு வியப்பு. நான் அதை அனுப்பி சரியாக இரண்டே வாரங்களில் மார்ச் முப்பத்தியொராம் தேதி முதல் இதழில் 'ஸரஸாவின் பொம்மை' என்ற தலைப்பில் கதை வெளிவந்ததைக் கண்டு மகிழ்ந்துபோனேன். ஆவலோடு கதையைப் படித்துக் கொண்டே வந்தேன். அநேகமாக முடிவுக்கு வந்துவிட்டேன். ஒரு வரி, ஒரு சொல், ஒரு கமா கூட மாற்றப்படாமல் இருந்தது! கடைசி இரண்டு சிறு பாராவுக்கு வந்தேன். முதல் பாராவில் முதல் வரியே நான் எழுதியது அல்ல. என் கடைசி ஆறேழு வரிகள் கொண்ட இரண்டு சின்ன பாராக்களுக்குப் பதிலாக அதே அளவு இரண்டு

பாராக்கள். அந்த இரண்டு பாராக்களும் கதை விடுவிப்பு பற்றிய என் உத்தேசத்தை தலைகீழாக மாற்றிவிட்டன. இல்லை, தவறு. தலைகீழாக இருந்த என் உத்தேசத்தை சரிப்படுத்திவிட்டன என்பதைச் சில விநாடிகளில் நான் உணர்ந்துகொண்டேன். என் அசட்டு அபிமான உருக்கமான, செண்டிமெண்டல் விடுவிப்புக்குப் பதிலாக மிக மென்மையான உணர்வுரீதியான, பிரமிப்பு சம்பவ நிகழ்வு இல்லாத ஒரு நளினமான மின்வெட்டு உணர்ச்சி நிலை எழுப்புதலான திருப்பம் கொடுக்கப்பட்டிருந்தது. அதுதான் மணிக்கொடி முத்திரை. வாசகர்கள் கதையைப் படித்து உணரலாம். வாசகர் கொஞ்சம் கூரிய புத்தி வாய்ந்தவராக இருந்தால் நான் எப்படி முடித்திருப்பேன் என்று யூகிக்கப் பார்க்கலாம். அதுக்கு 'செண்டிமெண்டல்' என்று நான் கூறி இருப்பதே சூசனை உணர்த்தப் போதுமானது.

இந்தக் கதைதான் என்னை மணிக்கொடி எழுத்தாளனாக ஆக்கியது. அதுக்கு வகை செய்தது ராமையாவின் கதை முடிப்பு. ராமையா என்கிற கதாசிரியர் தான் மட்டும் மறுமலர்ச்சிக் கதைக்காரன் அல்ல. திறமை அறிகுறி காட்டும் கதைக் கைகளையும் இனம் கண்டு வழிகாட்ட முடியும், முடிந்தது. இப்படி வேறு பலருக்கும் செய்திருக்கிறார் என்பதும் எனக்குத் தெரியும். மணிக்கொடிக்கு வந்த பல கதைகளை அவர் அடித்துத் திருத்திச் சேர்த்து எழுதிக் கொண்டிருந்ததைப் பல சமயம் நான் பார்த்தவன். ஏன், என்னிடமும் இரண்டு கதைகளைக் கொடுத்துத் திருத்தி எழுதச் சொல்லி பரீட்சை வைத்திருக்கிறார். இவை தெரியவராத, மணிக்கொடி முதன்மையானவர்களுடன் ஓர் அளவுக்கு மேல் பழக்கமோ நெருங்கிய உறவோ இல்லாத, சிலர் பின்னால் வந்தவர்கள் எந்த

விஷய ஞானமும் இல்லாமல் தப்பும் தவறுமாக, வேண்டுமென்றே உண்மையைத் திரித்தும், இறக்கி வைத்தும் பேசிவருவதை, எழுதிவருவதை நான் கவனித்துக்கொண்டிருக்கிறேன். அவர்களது தவறான கருத்துகள் ஏற்கப்பட்டுவிடக்கூடும் என்பதால் உடனிகழ் காலத்தவனாக, அந்தச் சூழ்நிலையில் நெருங்கி இருந்த நான் சில உண்மைகளைத் தெரிவிக்கும் கடமை மனப்பான்மையில் பல விஷயங்களைச் சொல்ல வேண்டியது அவசியமாகிறது. மணிக்கொடி என்ன சாதித்தது என்பதை இன்றய தலைமுறைக்கு மதிப்பிட்டுச் சொல்வதுதான் என் வேலை இப்பொழுது. இந்தத் தொடர் கட்டுரை அதுக்குத்தான்.

மணிக்கொடியில் என் அடுத்த கதை 'இணைப்புச் சங்கிலி'. மணிக்கொடிக்காரர்கள் ஒவ்வொருவரும் தங்கள் படைப்புக்கு ஒவ்வொரு துறையை முதன்மையாக எடுத்துக்கொண்டு அதில் ஏற்படும் பிரச்சனை சிக்கல்கள், மோதல்களை விசேஷமாகக் கதைக்குப் பயன்படுத்திக் கொண்டிருப்பதைக் கவனிக்கலாம். இதனால் மற்ற துறைகளைப் புறக்கணித்துவிட்டார்கள் என்று முடிவுகட்டிவிடக் கூடாது. துணைத் துறைகளைக் கையாண்டிருக்கிறார்கள். ஆனால் ஒருவருக்கு சமூகம், மற்றொருவருக்கு சமுதாயம், குடும்பம், தேசம் தொழில், கலை, பொருளாதாரம், தத்துவம், உளவியல், ஒழுக்கம், ஆண், பெண் உறவு இத்யாதிகளில் அதாவது ஒரு நோக்கில் தூக்கலாக, அவரது பிரதம தொனியாக பாணியாக, மதிப்பாக, பார்வையாக அனுபவமாக இருக்கலாம். அதாவது அவர்களது 'ஃபேவரிட்', அபிமான விருப்பப் பொருளாக இருக்கக்கூடும் என்பதுதான் என் ஆரம்பக் கதைகள், குடும்பத்தைப் பற்றியதாக இருந்திருக்கின்றன. தேசீயம் எனக்குள்

சிறுவயது முதல் உள்ளோடிக்கொண்டிருந்ததாலும் இயக்க காலத்தில், என் மனதும் அதில் சொந்த அனுபவமாக ஈடுபட்டிருந்ததாலும் உடனிகழ்கால நிகழ்ச்சிகளாக இருந்தாலும் அப்போதே கதைக்குப் பொருத்திப்பார்க்கத் தோன்றவில்லை. மனதில் பண்பட்ட பிறகுதான் பிற்காலத்தில் நிறைய தேசீயக் கதைகள் எழுதினேன். 'இணைப்புச் சங்கிலி' கதை குடும்பத்தில் மாப்பிள்ளை மைத்துனன் இடையே நெடு நாட்களாக நீடித்த உறவு முறிவு. ஒருவரது குழந்தை, சிறுபையனால் மீண்டும் சரியானது பற்றிய கதை. கச்சிதமாக அமைந்த கதைதான். சிதம்பரசுப்ரமண்யன், பெ. கோ. சுந்தரராஜன் கதைகளைப் போலவேதான் என் கதைகளும். அடுத்தது 'யானை விளக்கு'. இதுவும் குடும்பம் பற்றியது. கார்த்திகை தீபத்தன்று வீட்டு யானை விளக்கு தீபத்தை வாசலில் வைத்ததில் அது திருட்டுப் போய்விட மாமியாரிடம் அவள் பட்ட அவதியைக் கருப்பொருளாகக் கொண்டது.

அடுத்து 'பந்தயம்'. இந்தக் கதையைப் பற்றி சுந்தரராஜன், 'செல்லப்பா' பந்தயத்தில், ஜயித்துவிட்டார் என்று எழுதினார். அது அவருக்குக் குறிப்பிடத்தக்க கதையாக அன்று பட்டிருக்கிறது. குடும்பத்துக்கு வெளியே உள்ள சுற்றுப்புறக் கதை. வீரச்சுவையும் கிராமியச் சூழ்நிலையும் கலந்தது. கொஞ்சம் புதுவிதமானதுதான். சம்பவம் கனமாக உள்ள கதை வீரக்கதை அப்படித்தான் இருக்க முடியும். கிராமத்தில் பலசாலியும் முரடனும் குடிகாரனும் ஆன தேவன் அந்த ஊரில் கடை போட்டிருந்த காபூலிக் கூட்ட கடை ஒன்றில் வியாபாரம் செய்துகொண்டிருந்த அழகிய இளம் பெண்ணிடம் ஒரு கத்தி வாங்க பேரம் செய்தபோது விவகாரம் ஏற்பட்டு கத்தியைக் கொடுக்க மறுக்கவே, அவள்

அவனை அறைந்துவிட, கத்தியைக் கீழே போட்ட தேவன், அவள் கையைப் பிடித்துக்கொண்டு விட, அவளால் திமிற முடியாமல் அவதிப்படும்போது அவளது ஆட்கள் உதவிக்கு வருகிறார்கள். ஒரு பெண் பிள்ளையிடம் அவன் வீரத்தைக் காட்டியதுக்கு பரிகசித்து தம்மிடம் வருமாறு வாதுக்கு அழைக்கிறார்கள். அவர்களில் மிக பலசாலியான ஒருவனது, சவாலை தேவன் ஏற்றுக்கொள்ள, மறுநாள் பந்தயம் வைத்துக் கொள்கிறார்கள். யார் பந்தயம் சொல்வது என்ற பேச்சிடையே தேவன் அங்கே கிடந்த ஒரு பெரிய பாறாங்கல்லைச் சுட்டிக் காட்டி அதைக்கொண்டு வரச் சொல்கிறான். இரண்டு முரட்டு காபூலியர்கள் அதைச் சிரமப்பட்டு தூக்கிப் போட அதைத் தோளில் ஏந்திக் கீழே விடுவதாகச் சொல்கிறான் தேவன். காபூலியர் திகைத்துப்போய் நடவாத காரியம் என்று சிரிக்க, செய்து காட்டிவிட்டால் என்ன பந்தயம் என்று கேட்கிறான் தேவன். காபூலியர் அவன் எதிர்பாராத பந்தயம் வைக்கிறார்கள். பந்தயத்தில் தேவன் ஜயித்துவிடுகிறான். காபூலியர் திகைத்துப்போகிறார்கள். அவனைப் பாராட்டி தங்கள் வாக்குப்படி பந்தயப் பொருளை அவனிடம் ஒப்படைக்கிறார்கள். பந்தயப் பொருள் எது என்று வாய்ப்புக் கிட்டும்போது கதையைப் படித்துத் தெரிந்துகொள்ளலாம் வாசகர்கள். இப்போது படிக்கும்போதும் சரியாக இருக்கிறது. சம்பவமும் கதையும் நன்றாக இருக்க முடியும் எழுதும் விதம் சரியாக இருக்குமானால்...

அடுத்த கதை 'முறைப்பெண்' என் கதைகளுக்கு நான் பிரியமாக எடுத்துக்கொள்வது மதுரை பிரதேச பிராமண சமூகமும் தேவர் சமூகமும். இது தேவமார்களிடையே உள்ள வழக்கமான முறைமைப் பெண் மண விஷயம்.

முரடனான அண்ணனின் காலியான மகனுக்கு இரண்டு கிளாஸ் படித்த தன் மகளைக் கொடுக்க மறுத்துப் பசையான இன்னொரு தேவரின் படித்த மகனுக்குப் பரிசம் போட்டு விடுகிறாள். அண்ணன் வந்து அவளை மிரட்டிவிட்டு மணம் நடக்கிறதைப் பார்த்துவிடுவதாக சபதம் செய்துவிட்டுப் போய்விடுகிறான். தங்கை போலீஸில் புகார் செய்து அவர்கள் மூலம் அவனைக் கட்டுப்படுத்தி விடுகிறாள். மணம் மாப்பிள்ளை ஊர் வீட்டில் நடந்த அதே சமயம் அவள் வீடு தீக்கிரை ஆகிறது. அவன்தான் செய்திருக்கிறான் என்று ஆத்திரப்பட்டு அவள் போலீஸில் புகார் செய்தாள். அவன் கைது செய்யப்பட்டு கோர்ட்டில் வழக்கு நடக்கிறது. சாட்சிகள் விசாரிக்கப்பட்டு ஜட்ஜ் தீர்ப்பு, சொல்லப்போகும் சமயம் அதுவரை மனம் குழம்பிக்கொண்டிருந்த தங்கை அண்ணனுக்கு சிறைத் தண்டனையா என்ற நினைப்பில் திடீரென உணர்ச்சி ஏற்படவும் நிலை கலங்கிப்போய் அதைத் தடுக்க முடியுமா என்று தன் இடத்திலிருந்து ஜட்ஜிடம் ஏதோ சொல்ல எழுந்து, 'துரையவர்களே' என்று ஆரம்பித்தபோது, கோர்ட்டு சேவகர்கள் குரல் கத்தி அவளைப் பேசக் கூடாது என்று வாயை அடைக்கின்றனர். தங்கை மனம் கலங்கி தன் இடத்தில் ஆயாசமாக சாய்ந்துவிடுகிறாள். ஜட்ஜின் தீர்ப்பு அவள் காதில் விழவில்லை. ராமையாவின் 'மலரும் மணமும்' முடிவு பாதிப்பு இதில் தொனிக்கிறது.

அடுத்த கதை 'லட்சிய சோதனை'. கல்லூரி மாணவர் யூனியன் கூட்ட விவாதத்தில் வரதட்சணை வாங்குவதை எதிர்த்துக் கட்சியாடி ஆத்திரமாகப் பேசிவிட்டுத்தான் எந்த இடைஞ்சலையும் பொருட்படுத்தாமல் நிறைவேற்றி உதாரணம் நிரூபிப்பதாக வீறாப்பு பேசி கரகோஷம் பெற்றுவிடுகிறான். ஆனால், அவன் மணப்பேச்சு

வந்து அந்தப் பிரச்சனை பேசப்படுகிறபோது அவனது பாட்டி, தாய், தந்தை ஆகியோருடன் தன் லட்சியத்தை நிறைவேற்ற கடும் பாடுபட்டு பேசியும் அது எடுபடாமல் அவன் அவர்களது பலத்த வார்த்தை ஆயுதங்களால் முறியடிக்கப்பட்டு பலவீனமாகி பெரியோர் இஷ்டத்துக்கு விட்டுவிடுகிறான். அப்போது அவன் கலாசாலை நண்பன் கடிதம் வருகின்றது. அவன் அன்று சொன்ன வார்த்தைகள் நினைவுக்கு வருகின்றன. எங்களுக்கும் சமூக அக்கறை இருந்திருப்பதைச் சில கிளிப்பிள்ளை அபிப்ராயக்காரர்கள் உணர்வார்கள் என்று நம்புகிறேன். ஆனால் எங்கள் பார்வை வேறுவிதம் என்பதை இன்றைய வாசகர்கள் உணரவேண்டும்.

அடுத்த கதை 'நந்தன் நந்தி' இந்தக் கதைக்கும் ஒரு வரலாறு. இந்தக் கதையை 1935 ஏப்ரல் மாதத்திலேயே 'ஸரஸாவின் பொம்மை' வெளிவந்ததும் அனுப்பியது. ஆனால் ராமையா அதைப் போடவில்லை. ஒரு வருஷம் வைத்திருந்து 1936 ஏப்ரலில்தான் வெளியிட்டார். பிச்சமூர்த்தி நாய்க்குட்டியைப் பேச வைத்தும், புதுமைப்பித்தன் வேதாளத்தைப் பேச வைத்தும், சுந்தரராஜன் எறும்பைப் பேச வைத்தும் கதை பின்னால் எழுதினார்கள். என் கதை காளையைப் பேச வைத்தது. நான் சொல்லப்போவது வியப்பாக இருக்கும். முதல்முதலில் 'முற்போக்கு' கதை எழுதியவன் நான்தான். வர்க்கப் போராட்டக் கதை இது. ஒரே வரியில் சொல்வதானால் இதுதான் முதல் 'மார்க்ஸியக் கதை'. மார்க்ஸியம், அபேதவாதம் இதெல்லாம் பெயருக்கு மேல் எனக்குத் தெரியாது. காந்தியதாக்கத்துக்கு ஆட்பட்டிருந்த காலகட்டத்தில் நான் எழுதியது. என் காளை காந்தியம்தான் பேசியது. ஆனால் சத்யாக்ரக தத்துவம் அதுக்குத் தெரியாது.

ஒரு சிறு தவறு செய்துவிட்டது. அப்படியும் சொல்ல முடியாது. அதன் சுபாவமே அதுதானே, கதை இதுதான்.

நந்தி கோவில் கூளிக்காளை. ஊரே அதைக் கண்டு நடுங்கும். ஒரு பயிர் விளைந்த வயலுக்குள் இறங்கிக் கதிர்களைக் கடித்துக் கடித்து கவளம் கவளமாகத் தின்றுகொண்டு இருக்கிறது. அங்கே வந்த நந்தன், அந்த வயலுக்கு உரிய பண்ணையாரின் பண்ணையாள், இதைக் கண்டதும் வயிறு எரிந்து கத்திக்கொண்டு அதைக் கல்லால் அடித்து விரட்ட முற்படுகின்றான். அதைப் பார்த்துவிட்ட நந்தி அவனை ஒரு கை பார்ப்பதாகச் சொல்லிக்கொண்டு கொம்பில் பட்ட கல் நொறுங்க தலையசைத்து தடுத்துக் கொண்டு அவனை முறைத்துப் பார்த்துவிட்டு சிரித்து அலட்சியப்படுத்திவிட்டு மீண்டும் ஒரு கவளத்தை வாயில் கவ்விக்கொள்கிறது. நந்தன் அதை வைதுகொண்டேதான் உழைத்துப் பாடுபட்டிருக்கிறதை அடித்துக் கொண்டு போக வந்ததாகக் கத்திக்கொண்டு அதை நோக்கி வருகிறான். நந்தி நிமிர்ந்து அவனைப் பார்த்து உழைத்தது அவன்தானா என்று அதட்டிக் கேட்கிறது. இருவருக்கும் இடையேயும் வாதம் நடக்கிறது. தன் கைகளின் உழைப்பின் பெருமையை நந்தன் அடுக்கி நியாயம் பேச நந்தி தன் கால்களின் உழைப்பை அடுக்கி எதிர் நியாயம் பேசுகிறது. தான் இந்த வயலில் உழைக்காவிட்டாலும் தன் இனத்தான்தானே உழைத்தவன் என்று கூறி, வேறொரு வர்க்கத்தில் வந்த நந்தன் தன் சகோதர காளைகளின் உழைப்பின் பலனை அனுபவிக்கப் பிறந்திருக்கிறபோது தன் சகோதர வர்க்கத்தானான தனக்கு உரிமை இல்லையா என்று சீற்றத்துடன் கேட்கிறது. அதோடு வாதாட இயலாத நந்தன் அதன் உழைப்புக்கு வைக்கோல்தான் அதன் வர்க்கத்தானுக்குக் கிடைக்கும் என்றதும், காளை

வைக்கோலை அவனைச் சாப்பிடச் சொல்லிவிட்டு அவனை எதிர்க்கத் தயாராகிறது. நந்தன் அரிவாளுடன் அதை நோக்கிப் பாய்ந்து அதன் வலது முன் காலை வெட்டின அதே சமயம் வெட்டைப் பொருட்படுத்தாத நந்தி அவன் மீது பாய்ந்து கொம்புகளால் அடிவயிற்றில் குத்திவிடுகிறது. எல்லோரும் ஓடிவந்து குடல் வெளிவந்த நந்தனைத் தூக்கிக்கொண்டு போகிறார்கள். அவர்களது கல்லெறிகளால் தாக்கப்பட்ட நந்தி வெட்டுண்டு தொங்கும் காலுடன் வேதனையோடு நொண்டிக் கொண்டே சாலைக்குச் சென்று சோர்ந்து படுத்து 'இந்த உலக நியாயமும் பக்ஷபாதமும் இன்றைக்குத்தானா தெரியும். எப்போழுதும் தெரிந்ததுதானே' என்று கூறிக்கொண்டே வேதனைப் பெருமூச்சுவிட்டது. இது காந்திய முற்போக்குக் கதை காந்தியப் பொருளாதார அடிப்படையானது. மணிக்கொடி எழுத்தாளர்களின் சமூக அநீதி பற்றிய அக்கறை முதன்மையானது. மறுமலர்ச்சி தலைவர் வ.ரா.வே தலைசிறந்த சமூக இயல்வாதி ஆச்சே.

ராமையா மணிக்கொடியில் என் கடைசி எட்டாவது கதை 'தங்கச்சி'. மென்மையான உணர்வு, உளவியல் கதை. சிறுவர்களைப் பற்றியது. விளையாடவும் அன்பு காட்டவும் சண்டை போடவும் அதட்டவும் ஒரு தங்கை இல்லாத சிறுவனும் இந்த வாய்ப்புகள் இருந்து தங்கையுள்ள எதிர்வீட்டுச் சிறுவனும் விளையாட்டு சிநேகிதர்கள். முன்னவன் வீட்டில் நவராத்திரி கொலு வைக்கும் வாய்ப்பு இல்லை. பின்னவன் வீட்டில் வாய்ப்பு உண்டு. அந்தப் பெண் குழந்தையிடம் பாசம் கொண்டவன் முந்தியவன். நவராத்திரி கொலு வைத்து ஊரழைக்கப்போகும் சமயம் அந்தச் சிறுமி ஒரு பொம்மைக்கு அடம்பிடிக்கவே தாயும்

அண்ணாவும் அதட்டியதால் அவள் ஊரழைக்கப்போக மறுத்துவிட்டாள். அந்தப் பையனுக்கு வருத்தம். தன் வீட்டில் வைக்காவிட்டாலும் அவர்கள் வீட்டில் வைத்திருந்த கொலுவில் ஈடுபட்டவன் ஒரு பொம்மையை வாங்கி வந்து கொடுத்துவிட்டு ஆறுதல் சொல்லி அவள் ஊரழைக்கப் புறப்பட்டதில் மகிழ்ச்சி அடைகிறான். குழந்தை, சிறுவர்கள் மனோபாவம் பலவிதம். எனக்கு இது ரொம்ப அபிமான விஷயம், ஆரம்ப கதைப்படைப்பு காலத்தில்.

ராமையா மணிக்கொடியில் வெளிவந்தவை இந்த எட்டுக் கதைகள். இதன்பின் ப. ரா. நடத்திய மணிக்கொடியில் மூன்று சிறுகதைகள் எழுதினேன். குருவிக்குஞ்சு, கைதியின் கர்வம், பாத்யதை என்ற மூன்று கதைகள். பரிவுணர்ச்சி, பாசம் ஆகிய இரு பாவங்களின் சித்தரிப்பு. மூன்றாவது சரித்திரக் கதை. அலெக்ஸாண்டர், புருஷோத்தமன் சந்திப்பு விஷயம். இந்த மூன்றும் மணிக்கொடியில் வளர்ந்துவிட்ட கையில் பிறந்த நல்ல கதைகள். ராமையா மணிக்கொடி கதைகளை மட்டும் எடுத்துக்கொண்டிருப்பதால் அவற்றை இங்கே ஆராயவில்லை. என் எட்டுக் கதைகளையும் படித்தவர்களுக்கு படிப்பவர்களுக்கு சுந்தரராஜன், சிதம்பரசுப்ரமண்யன், நான் ஆகிய மூவரது சிறுகதைகள் முந்திய நால்வரிடமிருந்து மாறுபட்ட புதுவித பரிமாணத்தைச் சேர்த்திருப்பது நன்றாகத் தெரியும். என் கதைகளைப் பற்றி சிதம்பரசுப்ரமண்யன் கூறியுள்ள கருத்துகள்: "செல்லப்பாவிடம் சகல ஜீவராசிகளையும் பற்றிக்கொள்ளும் பரந்த அன்பு இருக்கிறது. வாழ்க்கையிலிருந்து தப்ப முடியாதபடி விதியின் விளையாட்டுகளினால் ஏற்படும் துன்பங்களைக் கண்டு வேதனைப்படும் உள்ளங்கனிவு

இருக்கிறது. வாழ்க்கையின் சில விபரீதங்களை எட்டி நின்று பார்க்கும் பற்றின்மை இருக்கிறது. இக் குணங்கள் ஆசிரியரின் எழுத்தை உயர்ந்ததாகச் செய்கின்றன. பொதுவாக எல்லாக் கதைகளிலும் கதாபாத்திரங்களின் மனம் போகிற போக்கை நுட்பமாகப் பின்தொடர்ந்து சென்றிருக்கிறார். சம்பாஷணைகள் இயற்கையாகப் பொருத்தமாக இருக்கின்றன. சுற்றுணர்ச்சி நன்கு அமைந்திருக்கிறது. ‘நான்’ என்று சொல்லிவரும் கதைகளில் இவர் விசேஷமான வெற்றி பெற்றிருக்கிறார். இக்கதைகளில் சம்பவங்கள் அதிகம் இல்லை. ஒரு சிறு ஞாபகம் எழுப்பும் சிந்தனை அலைகள் ஒரு நொடிப்பொழுதில் உதயமாகும் எண்ணம் போன்றவைதான் இவர் கதைகள் கட்டி எழுப்புவதற்கேற்ற அஸ்திவாரங்கள். சிறுகதைக்கு ஏற்பட்ட விஷயங்களும் இப்படித்தான் இருக்க வேண்டும். சிறிதைப் பெரிதாக்குவதும் நிமிஷத்தை நித்தியமாக்குவதும்தான் சிறுகதையின் வேலை. சிறுகதைக்கு முக்கியமாக வேண்டியது, பாவம். பாவச்சித்திரம் நன்கு அமைந்திருப்பதே கதையின் சிறப்புக்கு அடிப்படை. குழந்தைகளின் மனோதத்துவத்தையும் குழந்தைகளால் பெரியவர்களுக்கு ஏற்படும் மனோபாவங்களையும் சில கதைகள் ஆராய்கின்றன. அந்தந்தக் கதைகளுக்கேற்ற நடையை அவர் கையாண்டிருக்கிறார். சில கதைகளில் மேல்நாட்டு மோஸ்தர்களில் சொற்றொடர்களும் பாணிகளும் வந்து விழுந்திருக்கின்றன. இம்மாதிரி நடைகள் அநேக எண்ணங்களை வெளியிட முடியாமல் ஊமையாய் இருக்கிற தமிழன் வாயைத் திறக்க ஹேதுவாக இருக்கலாம்.”

1944ல் வெளிவந்த என் ‘ஸரஸாவின் பொம்மை’ கதைத்

தொகுப்புக்கு அவர் எழுதிய முகவுரையிலிருந்து எடுக்கப்பட்ட இந்த வரிகள், என் தனித்தன்மையான படைப்புத் தோரணயை எடுத்துக்காட்டுகிறது. இந்த மாதிரி கதைகளை நான் பின்னால் அதிகமாகவும் விசேஷமாகவும் எழுதுவதற்கு மணிக்கொடியில் வந்துள்ள 'பதினொன்று' கதைகளிலே அறிகுறிகள் இருப்பதை வாசகர்கள் உணரலாம். என்னைப் பற்றி சிதம்பரசுப்ரமண்யன் கூறி இருப்பவை அவருக்கும் சுந்தரராஜனுக்கும் பொருந்தும். எங்கள் மூவருடைய மொத்தக் கதைகளையும் பல தடவைகள் நான் படித்திருப்பதில் எங்களிடையே மேலே குறிப்பிட்ட ஒருவிதப் பொதுத்தன்மை இருப்பதைக் காண்கிறேன். இந்தப் பொதுத்தன்மை எங்கள் மூவரையும் முந்திய நால்வரிடமிருந்தும் பிரித்துக்காட்டுகிறது. மணிக்கொடியில் நாங்கள் ஒவ்வொருவரும் ஒவ்வொரு கிளைகள் என்றாலும், ராமையா, பிச்சமூர்த்தி இருவரிடையேயும் காணும் பொதுத்தன்மை, கு.ப.ரா, புதுமைப்பித்தன் இருவரிடையேயும் காணும் பொதுத்தன்மைகள் போல் எங்கள் மூவரிடையேயும் காணப்படும் பொதுத்தன்மை, தமிழ்ச் சிறுகதைக்குச் சேர்த்த இன்னொரு பரிமாணம். எங்கள் மூவரின் பொதுத்தன்மைக்கு ஆதாரமாக ஒரு ஜோக்குடன் முடிக்கிறேன். சிதம்பரசுப்ரமண்யன், சுந்தரராஜன், செல்லப்பா ஆகிய மூன்று பெயர்களின் முதல் எழுத்துகளைச் சேர்த்து உச்சரித்தால் சி. சு. செ. நாங்கள் மூவரும் ஒருவர்தான்!

மௌனி

சிறுகதை மணிக்கொடியிலேயே பிறந்த முதல் படைப்பாளியான சிதம்பரசுப்ரமண்யனைப் போலவே அதன் மூலம் வெளிப்பட்டவர் 'மௌனி' என்ற புனைபெயரில் எழுதிய மணி என்பவர். அவரது முதல் கதையான 'ஏன்' என்பது முதல் 'காதல் சாலை', 'கொஞ்ச தூரம்', 'பிரபஞ்ச கானம்', 'குடும்பத் தேர்', 'மிஸ்டேக்', 'மாறுதல்', 'அழியாச்சுடர்' ஆகிய எட்டுக் கதைகள் 16-2-36 முதல் 25-4-37 வரையான காலத்தில் 'மணிக்கொடி'யில் வந்தவை. 1936 ஆரம்பத்தில் நான் சென்னையில் மணிக்கொடி காரியாலயத்தில் தங்கி இருந்தேன். ஜனவரியில் ஒருநாள் மாலை நாங்கள் இலக்கிய வம்படித்துக்கொண்டிருந்தபோது ராமையாவுக்குத் தெரிந்த நண்பர் ஒருவர் வந்து அவரிடம் சில கதைகளைக் கொடுத்தார். அவை சிதம்பரத்தில் உள்ள தன் நண்பர் ஒருவர் எழுதியவை என்றும், தாம் கொண்டு வந்திருப்பதாகவும் சொல்லிக் கொடுத்துவிட்டுப் போனார். மறுநாள் ராமையா

அந்தக் கதைகளைப் படித்துக்கொண்டிருந்தார். எதிர் நாற்காலியில் உட்கார்ந்திருந்த நானும் சிலதைப் படித்தேன். எட்டுக் கதைகளோடு ஒரு குறுநாவலும் இருந்தது. அதையும் படித்தேன். கி.ரா.வும் படித்தார். கதைகள் புதுவிதமானதாகப்பட்டது எனக்கு. ராமையாவும் 'இவர் நன்றாக எழுதி இருக்கிறார் ஸார்' என்று கி.ரா.விடம் சொன்னார். பிறகு 'ஏன்' கதையை அச்சுக்கு சில நாட்கள் கழித்து அனுப்பினார். வேடிக்கை என்னவென்றால் ஒரு கதைக்கும் தலைப்பு இல்லை. அந்தக் குறுநாவலுக்கும் கூட. கதாசிரியர் தலைப்புக்கூட போடாதது வியப்பாக இருந்தது. ராமையாதான் கதைத் தலைப்பையும் போட்டு ஆசிரியரின் புனைபெயரையும் கூட போட்டார். 'மணி' என்ற ஆசிரியர் பெயர் 'மௌனி' ஆயிற்று. அவ்வளவுதான். பெயர் விஷயமாக, விசேஷமாக அதைப்பற்றி எதுவும் சொல்வதற்கில்லை. அந்தப் பெயரை வைத்து அனாவச்யமான யூகங்கள், கற்பனைகள் எதுக்குமே இடம் இல்லை. இரண்டு மூன்று கதைகள் வந்தபின் அந்த நண்பரும் கதாசிரியர் 'மௌனி'யும் ஒருநாள் வந்திருந்தபோது நான் இருந்தேன். கதைகளைப் பற்றிப் பேச்சு நடந்தது. வெகுவாகக் கதைகளை ராமையா பாராட்டினார். நல்ல கதைகள் என்று படுவதை எல்லாம் அங்கே நாங்கள் பாராட்டிப் பேசிக்கொள்வதுண்டு. நிறைகுறைகளையும் குறிப்பிடுவதுண்டு.

ஏற்கெனவே ஓராண்டு காலத்துக்குள் மணிக்கொடியில் மிகச் சிறந்த கதைகளும் பல நல்ல கதைகளும் வந்திருந்தன. ஸரஸாவின் பொம்மை, வேதாளம் சொன்ன கதை, பூச்சூட்டல், சிறுகதை, அரைப்பைத்தியம், என்ன கதை, காதலே சாதல், ஞானக்குகை, சில்பியின் நரகம், தலையெழுத்து, வாழ்க்கை, வானம்பாடி முதலிய நல்ல கதைகளைப் படித்து ரசித்த பிறகு வெறும்

உற்சாகம் மட்டும் இருந்திருக்க முடியாது. ஆரம்பத்தில் இருந்திருக்கலாம். புதிதாக வரும் கதைகளை ஜாக்ரதையாகத்தான் பார்க்கத் தோன்றுவது இயல்பு. எனவே புதிதாக வந்த கதைகள் எங்களைப் பரபரப்பு அடையச் செய்யவில்லை. கதைகள் வெளிவந்த பின் அவற்றை ஆராய்ந்து பேசிக்கொள்வோம். மௌனியின் முதல் கதை 'ஏன்' வந்தது. இங்கே ஒரு விஷயம் சொல்ல வேண்டும். இதுக்கு முன் மணிக்கொடியில் வெளிவந்து இருந்த எங்களது கதைகள் அவ்வப்போது எழுதப்பட்ட உடனேயே அனுப்பப்பட்டு சூடாக வெளிவந்தவை. அதனால் வரிசைக்கிரமம் தெரிய வாய்ப்பு இருந்தது. அதை வைத்துப் படைப்பாளியின் நடைபழகலை, வளர்ச்சியைக் கணிக்க முடிகிறது. ஆனால் மௌனி கதைகள் பற்றி அது செய்ய சாத்யமில்லை. அவரது எட்டுக் கதைகளும், ஒரே சமயத்தில் மணிக்கொடிக்கு வந்தவை. ராமையா அவற்றைத் தனக்குத் தோன்றிய விதமாக அடுத்தடுத்து வெளியிட்டிருக்கிறார். கதை எழுதப்பட்ட வரிசைக்கிரமம் தெரியாது. எனவே மௌனி தன் கதைகளில் நடைபழகியதை அறிய வாசகனுக்கு வாய்ப்பு இல்லை.

இன்னொரு விஷயம், இந்தக் கதைகள் எழுதப்பட்ட காலம். 'மௌனி கதைகள்' புத்தகத்துக்கு முன்னுரை எழுதியுள்ள தர்மு சிவராமு, 1934க்கும் 35க்கும் இடையில் மௌனி தன் குறிப்பு புத்தகத்தில் அவ்வப்போது சிறுகதைகளுக்கான குறிப்புகளை எழுத ஆரம்பித்ததாகவும் 1934 இறுதியில் ஆறேழு சிறுகதைகளையும் ஒரு குறுநாவலையும் ஏதோ 'வேகத்தில்' எழுதினதாகக் குறிப்பிட்டிருக்கிறார், இன்னொரு தகவலும் கூட. சென்னையில் உள்ள தன் வக்கீல் நண்பரிடம் கதைகளை அனுப்பி சென்னையில் எந்தப் பத்திரிகாசிரியரிடமாவது

காட்டி 'போடத் தகுதி உள்ளதாயின் போடும்படி' எழுதினதாகவும் கூறி இருக்கிறார். எனவே 1936 பிப்ரவரியில் மணிக்கொடியில் பிரசுரிக்கும் வரை ஒரு ஆண்டுக்கு மேலாக மௌனியிடம் இருந்திருக்கிறது. இன்னொரு தகவலும் கூட. 1933ல் பிப்ரவரியில் மகாமகத்தின் போது நடந்த கதர் கண்காட்சியில் பி. எஸ். ராமையாவை மௌனி கும்பகோணத்தில் சந்தித்ததாகவும் அவர் 'நீங்கள் சிறுகதை எழுத முடியும் என்று நினைக்கிறேன். 'மணிக்கொடி' பத்திரிகைக்கு எழுதுங்கள்' என்று சொன்னதாகவும் சிவராமு கூறி இருக்கிறார். 33 பிப்ரவரியில் அந்த வார்த்தைகளின் உந்துதலால் ஒண்ணே முக்கால் ஆண்டுகள் கழித்து 34 இறுதியில் மௌனி கதைகள் எழுதி இருக்கிறார் போலும். அதன்பின் ஒண்ணே கால் ஆண்டு கழித்து 1935 பிப்ரவரியில் அவர் கதைகள் பிரசுரம் ஆரம்பமாகிறது. எனவே, ராமையாவின் தூண்டல் என்று சொல்லப்படுவதுக்கும் ராமையா அந்தக் கதைகளை வெளியிட்டதுக்கும் இடையே மூன்று ஆண்டுக்காலம் ஆகி இருக்கிறது. இந்தத் தூண்டல் தகவல் ஆதாரபூர்வமானது அல்ல என்பதை மட்டும் இங்கே தெரிவித்துக்கொள்கிறேன். இந்த விஷயத்தில் கால கணித வழு இருக்கிறது.

இப்போது மௌனி கதைகள் மணிக்கொடி சிறுகதை வளத்துக்குச் செலுத்திய பங்கைப் பார்ப்போம். மௌனியின் கதைகள் எழுதப்பட்ட வரிசைக்கிரமம் தெரியாத நிலையில் அவர் சிறுகதை நடைபழகியதை நிதானிக்க இயலாத நிலையில், பிரசுரமானதை வைத்துத்தான் பார்க்க முடியும். கதைகளின் தரத்தையும் வளர்ச்சியையும் கணிக்கலாம். அதுவும் சரியாகாது போகலாம். சிறந்த நல்ல கதைகள் எழுதிய பிறகு சுமாரான கதைகளைப் பிரபலப் படைப்பாளிகள் எழுதி

இருப்பது சகஜம். எனவே யூகத்தில்தான் நிதானிக்க இயலும். மௌனியின் முதலில் வெளியான கதை 'ஏன்'... இங்கே ஒரு விஷயம். 'எழுத்து' இரண்டாவது ஆண்டு இறுதியில் மௌனியின் 'மனக்கோலம்' என்ற ஒரு சிறு புத்தக அளவு ரசனைக் கட்டுரைத் தொடர் எழுதினேன். மௌனியின் 'அழியாச் சுடர்' கதைத் தொகுப்பு வந்த சமயம். மௌனி கதைகள் புரியவில்லை என்று புத்தக மதிப்புரைகளும், வாசக அபிப்ராயங்களும் வெளிவந்ததுதான் என்னை எழுதத் தூண்டியது. அதில் மணிக்கொடி எட்டுக் கதைகளைப் பற்றி ஆராய்ந்திருக்கிறேன். அவற்றை இங்கே தரப்போவதில்லை. அது வேறு நோக்குடன் எழுதப்பட்டது. நிறையைத்தான் எழுதினேன். இங்கே அந்த எட்டுக் கதைகள் மூலம் சேர்ந்த, இதுவரை ஆராயப்பட்ட ஏழு சிறுகதையாளர்கள் சேர்த்த பரிமாணங்களுடன் இன்னொரு புதுவிதப் பரிமாணத்தையும் அறிந்துகொள்வதுதான் நோக்கம். முந்தின எழுவர் கதை எழுத்துப் போக்கில் புதுமைப்பித்தனிடம்தான் சில கதைகளில் திருகலான, எதிர்மறையான, நேரல்லாத *(Oblique)* பார்வையைக் கண்டோம். 'ஒபிளிக்' பார்வை மௌனியி னுடையது. இயல்பு மீறியது. அசாதாரணமானது.

'ஏன்' கதை புதுவிதமாகப்பட்டது. கதையின் உள்ளடக்கம் இதுதான்.

உயர்நிலைப்பள்ளியில் பத்தாவது படிக்கும் மாணவன் அவன். எதிர்வீட்டில் உள்ள எட்டாவது படிக்கும் மாணவி. இருவரும் இதுவரையில் பேசியதே இல்லை. ஒரு நாள் பள்ளியிலிருந்து இருவரும் திரும்பும்போது அந்தச் சிறுவன் சிறுமியிடம் திடீரென, 'நானும் வீட்டிற்குத்தான் போகிறேன். இருவரும் சேர்ந்து

போகலாமே' என்கிறான். அவள் திடுக்கிட்டு அவனைப் பார்த்தபோது ஏன், எதற்கு என்று வியப்போடு கேட்டது போல் தோன்றியது அவனுக்கு. உடனே அவன், 'சரி, நான் உன்னை மறக்க மாட்டேன். நீயும் என்னை மறக்காமல் இருக்கியா' என்று கேட்டு மறுபேச்சு இல்லாமல் வீடு திரும்பிவிடுகிறான். அந்தச் சம்பவத்தை மறந்தவன் போலாகிறான். பிறகு அந்தப் பெண்ணுக்கு மணமாகி விடுகிறது. அவன் கல்லூரிப் படிப்புக்கு வெளியூர் போகிறான். அவள் ஒரு குழந்தைக்குத் தாயாகி தாய் வீட்டுக்கு வருகிறாள். நான்கு ஆண்டுகள் கழித்து, எதிர் வீட்டிலிருந்து அவளைப் பார்க்கிறான் அவன். அவள் கவனிக்கவில்லை. வீட்டுக்குள் போய்விடுகிறாள். அது முதல் அவன் தேகம் ஒடுங்கி மூளையை பாதித்து காய்ச்சல் வந்து இறந்துவிடுகிறான். அவன் பிரேதம் சுடுகாட்டுக்குப் போகும்போது அதைப் பார்த்துக் கொண்டிருந்தவள் உள்ளே போய்விட்டாள். பின்னர் கணவன் வீட்டுக்குப் போய்விட்டாள். இதுதான் கதை.

இது மௌனியின் முதல் கதையாகவே இருக்கலாம். ஆரம்ப கதைகளில் ஒன்றாக இருக்கலாம். ஏனென்றால் அவர் சிறுகதை நடைபழகியது இதில் தெரிகிறது. ஒரு ஆரம்ப எழுத்தாளனிடம் இருக்கக்கூடிய குறைகள் காண்கின்றன. அது ஒரு புறம் இருக்கட்டும். பெரிசுபடுத்த வேண்டியதில்லை. கதையின் உள்ளடக்கத்தின் நூதனம்தான் முக்கியம். இதுக்குமுன் நாம் பார்த்த கதைகளில் வந்த கதாபாத்திரங்களில் அநேகமாக 'நார்மல்' என்கிற சாமான்ய, இயல்பான, பழக்கமாக, பொதுவாக இருக்கும். ஆரோக்கியமாக உள்ள, விதிக்கிரமமான மனநிலைப் பாங்கு கொண்டவர்களாக இருப்பதை உணரலாம். புதுமைப்பித்தனின் சில கதாபாத்திரங்கள் கொஞ்சம் விதிவிலக்காக, கொஞ்சம்

இயல்பு மீறியதாக இருக்கும். ஆனால் அது அவரது 'மெயின்' என்கிற பிரதம தொனி அல்ல. அந்த அம்சமும் இருந்தது. ஆனால் இந்தக் கதையில் வரும் கதாபாத்திரம் மனநோய் போக்கானது. விபரீதமானது, நியம விரோதமானது, திடனழிந்தது, நிலைகுலைந்தது, மனப்பிராந்தி வாய்ந்தது, பிரமையானது. அந்தவித நிலைகளுக்கு இவை போக வெளிப்புற பாதிப்பு எதுவும் தேவை இல்லை. அவர்களுக்குள்ளேயே அது ரத்தத்தில் ஊறிய சுபாவமாக இருக்கிறது. மனநோயைத் தாங்கள் ஒருவராகவே வளர்த்துக்கொண்டு தங்களை அழித்துக்கொள்பவர்கள். ஒரு பிரமை நிலையில் தங்களைத் தாங்களே மனத் துன்புறுத்திக்கொண்டு அதிலே ஒரு குரூரமான திருப்தியும் இன்பமும் அடைபவர்கள். அவர்களுக்குள் ஏற்படும் சந்தேகங்கள், அவநம்பிக்கைகள். சங்கடங்களை நிவர்த்திக்கொள்ள இயலாதவர்களாக இருப்பவர்கள். பிரமைகள், பூதாவேசம், இவற்றை எதிர்த்து முறியடிக்க முடியாமலும் அவஸ்தைப்பட்டும் தங்களைத் தாங்களே அழித்துக் கொள்பவர்கள். இத்தகைய ஒரு கதாபாத்திரம் 'ஏன்' கதாநாயகன். எதிர்வீட்டுப் பெண் இவனை ஒரு கணம்கூட கவனித்திராத நிலை. அவன் பிணம் போகும்போதும் கூட வெறுமையுடன் பார்த்திருந்த நிலை. அந்த வாலிபன் அவள் முகத்தோற்றத்தில் அவளுடைய கண்களில், பார்வையில் ஏதோ அர்த்தம் இருப்பதாக மனக்கற்பிதம் கொண்ட, காதல் பிணி கொண்டவனாய் மனம் முறிந்து அழிகிறான்.

இந்தவிதமான மனப்போக்கு, உளவியல் ரீதி, கதைக்கரு இவற்றைக் கொண்ட இன்னொரு புதிய படைப்பு உலக நடப்பை மணிக்கொடி கதைக்களத்தின் மூலம் வெளிப்படுத்தி ஒரு புதுப் பரிமாணம் சேர்த்தது

மௌனியின் முதல் கதை ‘ஏன்’. மணிக்கொடியில் அவரது எட்டுக் கதைகளில் ஆறு கதைகள் இதே ரீதியானதுதான். மௌனியின் ‘மெயின்’ முதன்மை தொனி அதுதான். கதைக்கருக்களில்தான் விதங்களே தவிர தொனி ஒன்றேதான். ஒரே டைப்புக்குள் அடங்கி யவை. முந்திய எழுவரைப் போல் அல்ல அவரது வட்டம். அகல, நீளத்தில் வீச்சில் மிகக் குறுகியது. ஆனால் மனவோட்டத்தில் ஆழ்ந்தது. அதுவும் மனதின் இருண்ட மூலை முடுக்குகளில் புதைந்து கிடப்பதைத் தோண்டி எடுத்து பூதக்கண்ணாடியில் பெரிதுபடுத்திப் பார்ப்பது. இந்தவிதமான ஒரு பார்வையைத் தமிழ்ச் சிறுகதைக்கு ஆரம்பித்து வைத்தவர் மௌனி. இந்த விதப் பார்வைக்கு அதற்கெனச் சில வரையறுப்புகள் எல்லை வரம்பு, கட்டுப்பாடு வீச்சுக் குறைவு பரப்புக் குறுக்கம், அனுபவ ஒதுக்கம், முதலியவை உண்டு. மனிதத்துவத்துக்கு இயல்பாக உரிய, பொதுவான சுபாவம் இதில் காணப்படாது. பிறவி குணத்தாலோ ஏதாவது ஒரு கடும் வியாதியாலோ வாழ்க்கையில் ஏற்பட்ட அனுபவங்களினால் பாதிக்கப்பட்டு விளைந்த விரக்தி, வெறுப்பு இவற் றாலோ அல்லது ஏதாவது விபரீத சம்பவத்தாலோ மனதில் ஏற்பட்ட அதிர்ச்சியின் விளைவாலோ கெட்ட பழக்க வழக்கங்களினாலோ மனம் பேதலித்துப் போய்விடுகிறது. தான் செய்வது தனக்கே தெரியாமலும் காரண காரியத் தொடர்பின்மையாலும் நடந்துகொள்ளும், சிந்திக்கும் வக்ர விபரீத மனநிலை தூக்கலாகி இருப்பது இந்த வித பார்வையின் அம்சங்கள். புதுமைப்பித்தன் இதைச் சமுதாய சமூக நடப்புப்பாங்கு அடிப்படையில் பார்த்தவர். மௌனியினது தனிமனித அகமன நடப்புப்பாங்கு அடிப்படை. வித்யாசம் இது.

மௌனியின் இந்த ‘ஏன்’ கதையை அவருடைய பார்வைக்கு உதாரணமாக வைத்துக்கொள்ளலாம்.

அவருடைய கதைகளில் பெரும்பாலானவை இதே விதமானதாக இருப்பதைக் காணலாம். அவரது அடுத்த கதை ‘காதல் சாலை’. காதல் மணம் செய்துகொண்ட ஒருவனது மனைவி வேறு ஒருவனுடன் ஓடிப்போய்விட, மனமுறிந்து ஒடுங்கியவனாக அவளைத் தேடி அலைகையில் ஒரு விபசாரியுடன் ஒரு இரவைக் கழிக்கும்போது தூக்கத்தில் அவன் தன் காதல் மனைவியின் பெயரைச் சொல்லி உளறுகிறான். அந்த விபசாரிதான் அவனது முந்தின காதல் மனைவி, தன் கணவன் என அப்போது அறிந்துகொண்ட அவள் தற்கொலை செய்துகொள்ள, விடியவும் அவளை அடையாளம் கண்டுகொண்ட அவன் வெறிபிடித்தவன்போல் ஓடிப்போகிறான். மறுநாள் இரவு வந்தது. ஆனால் மறுபடியும் அவனுக்குப் பொழுது விடியவில்லை. அவனும் இறந்துவிட்டதாகக் (எப்படியோ) கொள்ளலாம். மௌனி கதைகளில் காதல் அம்சம் தூக்கல், ஆனால் ஆரோக்யமான காதலாகப் பெரும்பாலும் இல்லை. பாலுணர்ச்சி தூண்டுதல் எடுப்பாக இருக்கிறது. அது நிறைவேறாத நிலையில் அல்லது அது வேறுவிதமாக முறிவு ஏற்படும் நிலையில், தன்னை அறிந்தோ அறியாமலோ அழித்துக் கொள்வதுதான் சரியான விடுதலையாகப் படுகிறது அவர்களுக்கு.

அடுத்த கதை ‘கொஞ்ச தூரம்’. ‘ஏன்’ கதையின் சாயல் இதில் அடித்திருக்கிறது. காதல் கதை. அங்கே - ‘அடெலசென்ஸ்’ வளர்பருவ காதல். இங்கே வயது வந்தவன் காதல். அவன் காதலித்த அவள் வேறொருவனை மணந்துகொண்டுவிட, மனமுறிந்த அவன் பெரும் குடிகாரனாகிவிடுகிறான். கிராமத்தில் இருந்த அவனைத் தன் பழைய நண்பனைப் பார்க்க தன் கணவனுடன் அவள் வந்தபோது குடிவெறியில்

மயங்கிக் கிடந்த அவன் ஒரு தடவை விழித்துப் பார்த்து அவளை இனம் கண்டுவிட்டு மீண்டும் மயக்கமடைந்து விழிப்பில்லாத தூக்கத்தில் ஆழ்ந்து விடுகிறான். முதல் கதை சின்ன 'ஏன்' இது பெரிய 'ஏன்'. அதுதான் வித்யாசம். 'ஏன்'னிலும் 'கொஞ்ச தூரம்' மிலும் ஒரு முக்ய விஷயத்தைக் கவனிக்கலாம். மௌனியின் கதாபாத்திர உலகம் விசேஷமாக ஆண்கள் உலகம். அதிலும் இயல்பு மீறிய சுபாவ கதாபாத்திரங்கள் நடமாடும் களம். இந்த அசாதாரண சுபாவம் அவர்களை ஒருதலைப்பட்சமாகவே சிந்திக்க வைக்கிறது. காதல் என்பது ஒருவழிப் பாதையாக இருக்க முடியாது. இரண்டு கை தட்டினால்தான் ஓசை பிறக்கும். இந்த இரு கதைகளிலும் உள்ள இரு ஆண் கதாபாத்திரங்களின் காதலோ பாலுணர்ச்சியோ எது தூண்டுதலானாலும் சரி, பெண் கதாபாத்திரத்தின் பிரதிகுரல் *(response)* பற்றி அக்கறைபட்டதாகவே தெரியவில்லை.

ஒருவன் தனக்கு பாதிக் கல்யாணம் ஆகிவிட்டதாகச் சொன்னானாம். அதாவது தனக்கு 'சம்மதம்' என்பது. அதேபோல் இவர்கள் பாதிக் காதல்வாதிகள். இவர்களுக்கு பதிலே தேவையில்லை போலும்! ஆரோக்கிய காதலன் பதில் எதிர்பார்த்துத் துடிப்பான். இந்த நோய் காதலர்கள் ஒருவேளை சாதக பிரதிபதில் கிடைத்துவிட்டால் உடனே ஓடிப்போய்விடுவார்களோ என்னமோ. அதனால்தான் பதிலை எதிர்பாராமலும் பதில் கிடைக்கச் செய்ய வழிவகைகளைக் கையாளாமல் மேலும் தம்தம் மனதிலேயே கேள்வியும் பதிலும் மன எழுச்சியும் போராட்டமும் வலிய விளைவித்துக் கொண்டு துன்பத்தில்தான் திருப்தி அடையக்கூடும் என்பவர்களாக 'மாஷோகிஸம்' என்ற தன் ஆசை, விருப்பம் மறுதரப்பால் புறக்கணிக்கப்பட்டதில்,

பாழாக்கப்பட்டதில் இரண்டகம் செய்யப்பட்டதில், ஆதிக்கம் செய்யப்பட்டதில் ஒரு குரூர இன்பம், திருப்தி அடையும் சுபாவக்காரர்களாக இருந்து விடுகிறார்கள். இந்தவிதமான சித்தரிப்பு ஒரு விசித்திரமான நோக்குதான். இது சாத்யமா என்ற கேள்வி எழக்கூடும். காதல் சம்பந்தமாக பிளெடானிக் காதல் என்கிற உடலுறவு தேவையற்ற மானசீக, பரமார்த்தீக, நிஷ்காமய, காரிய பரிணமிப்பு அற்ற காதல் சாத்யமாகும் என்றால், இதுவும் சாத்யம்தானே. ஆனால் இரண்டுக்கும் இடையே அடிப்படை வித்யாசம் உண்டு, அது லட்சியாம்சம் கொண்டது. மேம்படுத்தப்பட்டது. இது நோய்த் தன்மையானது. நாசமடையச் செய்வது. படைப்பு உலகத்தில் இரண்டுக்கும் இடம் உண்டு. படைப்பாளியின் உரிமை அது. ஆனாலும் படைப்பின் பயன் என்று வரும்போது மதிப்பு *(Value)* உரைகல்லில் அது தேறவேண்டும் என்பதையும் சொல்லியாக வேண்டும். கு.ப.ராவின் பிளேடானிக் காதல், நோக்கு அதாவது சொல் நினைப்பு என்பதோடு நின்றுவிடும். உடல் உறவு அற்ற மன ஒன்றிப்பு காதல் இன்பப் பார்வைக்கு இடம் உண்டு என்றால் இந்த 'மாஷோகிஸ' கற்பித மோக சுய துன்புறுத்திக்கொள்ளல் பார்வைக்கும் இடம் உண்டு.

நான்காவது கதை 'பிரபஞ்சகானம்'. இது மேலே குறிப்பிட்ட இரண்டைப் போலத்தான், இந்தக் கதையில் 'காதல்' அம்சம் சம்மதம் என்ற வரையில். ஆனால் இந்தக் கதையில் காதல் அம்சம் அமுக்கப்பட்டு ஒரு கலையம்சத் தத்துவம்ச தொனிகள் ஏற்றப்பட்டு இருப்பதால் இதுவரை கருதப்பட்ட கதைகளினின்று மாறுபட்டு மேன்மையானதாக ஆகி இருக்கிறது. இதிலும் எதிர் வீட்டுக்காரர்கள்தான். எதிர் வீட்டில் சங்கீதத் திறமை வாய்ந்த பெண். அவன் அடிக்கடி அவளைப்

பார்ப்பதுண்டு. அவளும் தன்னை அடிக்கடி பார்த்ததாக நம்மிடம் சொல்கிறான். எதிர்வீட்டில் உள்ளவர்கள் அடிக்கடி பார்த்துக்கொள்வது இயல்பானதுதான். அதில் விசேஷ அர்த்தம் இல்லாமல் இருக்கலாம். இவன் அதில் ஏதோ தனக்கு சாதகமான அர்த்தம் கொள்கிறான். அவளுக்குக் கல்யாணமானபோது நலங்கின்போது பாட வேண்டிய நிர்ப்பந்தம், கட்டாயம் ஏற்பட, இவனை இரு தடவை பார்த்ததாகவும் சொல்கிறான். இதுக்கு மேல் எவ்விதக் காதல் தகவலும் இல்லை. ஏன் பெண் பார்வை மாதிரிதான் இவள் பார்வையும் இருக்கலாம். இன்னும் இரண்டொரு தகவல் தரப்படுகிறது. அவையும் காதல் உறவுக்கு வேண்டிய ஆதார வலு தரவில்லை. இவனாக, அவள் கதவைத் திறந்து மூடுவதுக்கு ஒரு அர்த்தம் செய்து கொண்டு நமக்குத் தெரிவிக்கிறான். 'ஏன்'னிலாவது இரண்டு வாக்கிய சம்பாஷணை. இதில் அதுவும் கிடையாது. இருந்தாலும் கதைசொல்லி காதலனின் வார்த்தைகளை அவனுக்காக ஏற்றுக்கொள்வோம். இங்கும் பிரதிகுரல் அந்தப் பெண்ணிடமிருந்து எழவில்லை. அந்த உறவு மாதிரிதான் இந்த மன பிரமை காதல்காரனதும். ஆனாலும் அவர்களைப் போல அவன் அழியவில்லை. மாறாக அவன் காதலித்ததாக நமக்குச் சொல்லும் அந்தப் பெண்ணின் அழிவைத்தான் நாம் பார்க்கிறோம். நன்றாகப் பாடும் அந்தப் பெண் பாடக் கூடாது, இருதய நோய் காரணமாக. அவள் மணத்தின்போது நலுங்கு நடக்கையில் பாடும்படி காட்டாயப்படுத்தப்படுகிறாள். முதலில் மறுத்த அவள் வற்புறுத்தியவர்களின் உபத்திரவம் தாங்காமல் பாடி வெறியில் தன்னை மறந்து அற்புதமாக நீண்ட நேரம் பாடிய அயர்ச்சியில், அதிர்ச்சியில், பாடி முடியவும் சாய்ந்து மரணம் அடைந்துவிடுகிறாள். அவள்

மரணத்தால் வேதனைப்பட்டாலும் திடனழியாத அவன், அவளது இசை வாழ்வுக்கும் முடிவுக்கும் ஒரு உயர் மதிப்பு ஏற்றுகிறான். இயற்கை அன்னையின் குறைநிவர்த்தியாக, அவளுக்குள் உறைந்து கிடந்த சங்கீதம் விடுதலை பெற்று வானவெளியில் நிறைந்தது போலவும் அடைபட்ட சங்கீதம் வெளியேறுகையில் தன்னை வெளிப்படுத்திய குரலையே பலிவாங்கி உலக வெளியில் வெளி விளக்கம் கொள்வதன் மூலம்தான் தன் நிரந்தர நிறைவைப் பெற முடியும் என்பது போலவும் உரிப்பொருளை உணர்த்துதல் கொண்டது போலவும் அவன் பார்வை கொண்டு அவன் சாந்தி அடைகிறான். அந்த சங்கீதம் போல தன் காதலிலும் ஒரு திருப்தி கொள்கிறான். அவன் காதல் திருப்தி ஒரு பக்கம் இருக்கட்டும். பிச்சமூர்த்தியின் வானம்பாடி கதையில் விடுதலை பெற்ற வானம்பாடி தன் இசையால் வானவெளியை நிரப்பிச் சென்றது நினைவுக்கு வருகிறது. சௌந்தர்யா ரசனைக்காகத் தான் படைத்த நடராஜ சிற்பச்சிலை லௌகீக உத்தேசத்துடனும் பக்திக்கு சாதனமாகவும் பயன்படுத்தப்படுமோ என்று பதறி சிலை மீது உளியை எறிந்து உடைக்க முற்பட்ட சம்பவ சிற்பியின் நரகம் கதை நினைவுக்கு வருகிறது. இந்த இரண்டு கதைகளோடு சேர்கிறது பிரபஞ்சகானம் வரிசையில்.

இதை அடுத்து ‘குடும்பத்தேர்’, ஐந்தாவது கதை. முதல் மூன்று பிரமை பிடித்த கதாபாத்திரங்களைச் சித்தரித்து அசாதாரணமான மனோபாவங்களைக் கொண்டவர்கள் விபரீதமாக நடந்துகொண்டதைக் கதையாக்கிய மௌனி, நாலாவதில் அவற்றிலிருந்து மாறுபட்ட ஒரு லட்சிய காதலும் ஒரு கலைத்தனமான குறியீட்டு முடிப்பும் கொண்ட கதையை எழுதிவிட்டு, இன்னும் படி இறங்கி ஒரு நடப்பியல் பாங்கான குடும்பக்கதை

விஷயத்தை கதைக் கருவாகக் கொண்ட ஒரு கதையை எங்களைப் போல எழுதிவிட்டார் என்றால் ஆச்சர்யம்தானே. புதுமைப்பித்தனின் 'நினைவுப்பாதை', சிதம்பரசுப்ரமண்யனின் 'புவனேஸ்வரி', கு.ப.ரா.வின் 'குடும்பசுகம்', பிச்சமூர்த்தியின் 'குடும்ப வாழ்க்கை' போன்ற கதை அது. ஓர் அழகான மனோசித்திரம். ஐம்பத்தி மூன்று வயதானவரின் எண்பது வயது தாய் இறந்துவிட்ட பின், தினம் வீட்டுக்கணக்கு எழுதும்போது ஏதாவது கணக்கு சரியாக வராவிட்டால் அம்மா கணக்கு என்று செலவு எழுதி வந்த பழக்கத்தில் மறதியில் அதேமாதிரி எழுதிவிட்டு, பிறகு விழித்துக்கொண்டு தன் அசட்டுத்தனத்தைக் கண்டு பரிகசித்துக்கொண்ட சமயம், மனது பின்னோக்கிப் போய் (ஃபிளாஷ்பேக்) அம்மா, குடும்பத்தின் மீதுள்ள அக்கறையைக் காட்டிய சிறு சம்பவங்களையும் தன்னை அவ்வப்போது அன்போடு கண்டித்துத் திருத்த முற்பட்டதை எல்லாம் நினைவுக்குக் கொண்டு வந்து தன் அம்மா இல்லாததால் தான் தடுமாறுவதை உணர்ந்து தாயின் இடத்தை நிரப்ப யாரும் வீட்டில் இனி இல்லாத ஏக்கத்தில், தன் பொறுப்பின் பலம் பலவீனம் இவற்றைப் பொருத்திப் பார்த்தவரின் மனவோட்டச் சித்தரிப்பு. முன்னைய கதைகளில் கண்ட திருகலான சுபாவத்துக்கும் இந்த இயல்பான சுபாவத்துக்கும் சம்பந்தமே இல்லாத ஒரு வெளியீடு. ஸைகலாஜிகல் கதை.

அடுத்த கதை 'மிஸ்டேக்'. கல்கி கிருஷ்ணமூர்த்தி முழுக்க முழுக்க நகைச்சுவை எழுத்தாளராகவே இருக்கும் உத்தேசம் கொண்டவர். மணிக்கொடிக்காரர்கள் அதேபோல சீரியஸான, மனமாழ்ந்த ஆழ்கருத்து எழுத்தாளர்களாகவே இருக்கும் உத்தேசம் கொண்டவர்கள். இப்படி இலக்கியப் பார்வை கட்சி கட்டி இருந்தாலும் அவர்களால் நூற்றுக்கு நூறு அதைக்

கடைப்பிடிக்க இயலவில்லை . 'சிரஞ்சீவிக் கதை' என்று கிண்டல் கதை எழுதிய கல்கி 'கேதாரியின் தாயார்' என்ற சோகக் கதை எழுதினார். 'மலரும் மணமும்' என்ற சோக ரச கதை எழுதிய ராமையா 'மனோவசிய தந்திரம்' என்ற தமாஷ் கதையையும் 'முள்ளும் ரோஜாவும்' எழுதிய பிச்சமூர்த்தி 'பரீட்சைதாண்டி' யையும், 'மகாமசானம்' எழுதிய புதுமைப்பித்தன் 'திருக்குறள் குமரேசப்பிள்ளை'யையும் எழுதி இருக்கிறார்கள். அதேபோலத்தான் இந்தக் கதையும். எழுதப் பழகிய காலத்தில் இந்த மாதிரி 'லைட்' நொய்மையான லேசான கதைகளை எழுதத் தோன்றலாம். நான் மேலே குறிப்பிட்டவர்கள் அப்படித்தான் எழுதினார்கள். முதிர்ந்தபின் அந்த மாதிரி எழுதவில்லை. ஆனால் மௌனியின் இந்தக் கதை சில நல்ல கதை எழுதிய பிறகு வெளிவந்தது. நான் ஏற்கெனவே அவர் கதைகள் எழுதிய வரிசைக்கிரமம் தெரியவில்லை, ராமையா அவற்றைத் தன் உசிதப்படி அடுத்தடுத்து வெளியிட்டார் என்றும் குறிப்பிட்டிருக்கிறேன். இந்தக் கதை 'ஏன்' கதைக்கு முன்னாடியே கூட எழுதி இருக்கலாம் என்பது என் யூகம். சாதாரணமான கதை. சர்க்கிள் இன்ஸ்பெக்டர் வீட்டுக்கு ஓசி குதிரை வண்டியில் போய் இறங்கிய ஹெட் கான்ஸ்டேபிள், அதை அவர் பார்த்துவிட்ட குற்ற உணர்ச்சியில் அவஸ்தைப்பட, அந்த சூப்பரிண்டண்ட் அந்த வண்டிக்காரனைத் தேடிப்பிடித்து மூணணா கொடுக்கும்படி உத்தரவிட்டதை வைத்து கான்ஸ்டேபிள் பட்ட அவஸ்தையைப் பரிகசிக்கும் வேடிக்கைக் கதை. சூப்பரிண்டண்ட் இதை நினைத்துச் சிரித்தது போல நாமும் சிரித்துவிட்டு நகர்கிறோம். அதிகாரவர்க்கப் போக்கை கிண்டல் செய்யும் தமாஷ் கதை.

அடுத்த கதை 'மாறுதல்'. இதில் மௌனி முந்தின

'மிஸ்டேக்' கதை தோரணையிலிருந்து மாறி 'குடும்பத்தேர்' பாணியும் 'பிரபஞ்ச கானம்' பாணியும் இழைய, அதே சமயம் முதல் மூன்று கதைகளின் பிரமை சாயலும் நிழலாகக் கலக்க ஓர் அற்புதமான கதை இது. மௌனி கதைகளில் இது குறைந்தபட்ச கதையம்சம்- ஏன், கதை அம்சமே இல்லாதது என்று கூட சொல்லலாம். 'குடும்பத்தேர்'ல் காலமான தாய் பற்றிப் பிறகு பின்நோக்கிச் செலுத்தின நினைவுப் பாதை. இதில் அப்போதுதான் காலமாகி தன் முன் பிணமாகக் கிடந்த மனைவி பற்றிய உடனிகழ் நினைவுப்பாதை. வெறும் தூய நினைப்புகள் அல்ல. அவற்றின் அடிப்படையிலிருந்து எழுந்த சூக்கும நினைவுகள். இந்தக் கதை பிரபஞ்ச கானத்தைவிட தூக்கலான, மதிப்பு கூடுதலான வாழ்க்கை குறியீட்டுத் தன்மையை அடக்கி இருப்பது. அதுக்குப் பிண மனைவி ஒரு வியாஜ்யம் என்ற அளவுக்குப் பயனாகிறாள். முந்தின நாள் காலமான மனைவியின் பிணத்தோடு இரவு முழுவதும் தனியே அவள் அருகிலேயே படுத்து இருந்தவன், பெற்றோர் வருகையை எதிர்பார்த்துக் கொண்டு விடியற்காலையில் வீட்டு வாசல்படியில் நின்று தெருவை உற்றுப் பார்த்துக்கொண்டிருக்கிறான். எதிர்வீட்டு கீற்றுச் சார்பிலிருந்து காகம் கரைதல், தெருவில் விறகு ஏற்றிப்போகும் பார வண்டி, அதை இழுத்துச் செல்லும் மாடுகள், ஓட்டுபவன், பதனிக் குடங்கள், ஆனால் வெற்றுக்குட தோற்றம், இரண்டு குடங்களும் கம்பு முனைகளில் கட்டித் தொங்கவிட்டு கம்பைத் தோளில் வைத்துச் சுமக்கும் குடக்காரன், தெருவில் போகும் ஆடு, நாகரிகமாக நடந்து செல்லும் படாடோப உடை அணிந்த சிங்கப்பூரான், கண்முன் கண்ணாடி அணுப் பூச்சிகள் பறத்தல், எதிர் வரிசை வீட்டு தென்னை மரத்தின் தலை, அதன் மேல்

தங்கிய மேகங்கள் இவற்றிடையே, அவன் பிண மனைவி உருவம் வந்து வந்து மறையும் தோற்றம். இவை எல்லாம் கலந்துகட்டி ஒரு தரமான பொருளை உணர்த்துவதுபோல ஏற்படுத்தும் மன உளைச்சலில் சிக்குண்டு வீதியையும் அவளையும் மாறி மாறிப் பார்த்துக் குழம்பிக்கொண்டிருந்த நிலை. பெற்றோர் வருகிறார்கள். அவர்கள் துக்கப்பட்டு அவனுக்கு ஆறுதல் சொல்கிறார்கள். அதெல்லாம் அவன் காதில் விழவில்லை. தன் மனைவி சாகவில்லை. ஏதோ மாறுதல் என்ற அளவுக்குத்தான் அவன் பிரமை மனம் ஓடிக்கொண்டிருந்தது. மரணம் நிஜம் என்று அவனால் ஏற்கமுடியவில்லை. ஆனாலும் அவர்களோடு அவனும் அழுதான். அடுத்த ஆண்டு அவன் தாய் நடத்திய சுமங்கலிப் பிரார்த்தனையின்போது அவள் நினைவு வருகிறது. அவன் தன்முன் உள்ள நோட்டில் 'தலை எழுத்தையா மாற்றப்போகிறேன். தலை எழுத்துதான் எழுதுகிறேன்' என்று பெருமூச்செறிந்து எழுதுகிறான்.

ஆனால், கதையை சாக்காக வைத்து இங்கே வாழ்க்கைப் போக்கு, குறிப்புணர்த்தி சொல்லப்படுகிறது. இதில் வர்ணிக்கப்படும் தெருவும் தெருக்காட்சிகளும் வாழ்க்கைக்கும் வாழ்க்கைத் தோற்றத்துக்கும் குறியீடாக பாடாந்திரம் (இன்டர் பிரடேஷன்) ஏற்றுபவை. மனைவியின் மரணம் அல்லது 'மாறுதல்' அவனைச் சிந்திக்க வைக்கிறது தத்துவரீதியாக. பார வண்டி - வாழ்க்கை பளு; வண்டியை இழுக்கும் மாடுகள் - மனிதன்; வண்டியோட்டி - மனிதனை இயக்கும் சக்தி, ஆடு - மனிதனின் ஆட்டு குணம், பதனிக் குடம் - இன்பம் ஆனால் வெற்றுக்கூடம் - இன்பம் காலியானது; குடத்தைச் சுமப்பவன் - போதை ஏற்றும் கருவி; அலங்கார சிங்கப்பூரான் படாடோப வாழ்வு;

காகம் கரைதல் - மனித வாழ்வின் ஓலம். இப்படிப் பொருத்திப் பார்த்தால் மரணம், மறைதல் என்பதுக்கு அவன் வழியில் காணும் பொருளை உணரமுடியும். மௌனி மணிக்கொடி கதைகளில் அதிகபட்ச அடிப்படைத் தத்துவ அம்சம் வெளிப்படுவது இதில்தான். அடுத்ததுதான் பிரபஞ்ச கானம்; அடுத்தது அழியாச்சுடர்.

மௌனியின் எட்டாவது, கடைசி மணிக்கொடிக் கதை 'அழியாச்சுடர்'. இது வேதாளம் முருங்கமரம் ஏறிக்கொண்ட கதையாக முதல் மூன்று கதைகள் பாணியில் அவற்றைத் தாண்டிப் போய்விட்டது. அவரது முதல் கதை 'ஏன்' னின் திருத்திய மறுபதிப்பாகத் தோன்றுவதுடன், அமானுஷ்ய அம்சமும் சேர்க்கப்பட்டு 'ஏன்' கதை பாத்திரம் அழிவதுபோல் இல்லாமல் இருட்டிலே குருடன் தேடுவதுபோல எங்கோ அலைபவனாக ஒரு முடிப்பு தரப்பட்டிருக்கிறது. இந்த இரண்டு கதைகளில் எது முதலில் எழுதப்பட்டது தெரியவில்லை. மௌனியிடம் இதுபற்றி யாராவது பேசி இருப்பவர்கள், ஆதார வலுவுடன் குறிப்பிட்டால் உபயோகமாக இருக்கும். அது தெரியாத நிலையில் தோன்றுவது இதுதான். 'ஏன்' தான் முந்தியதாக இருக்க வேண்டும். அதில் காணும் குறைகள் அவர் நடைபழகியதைக் காட்டிக்கொடுக் கிறது. 'அழியாச்சுடரில்' கைத்திறன் வெளிப்படுகிறது.

நடை, வாக்ய அமைதி, வர்ணனைப் பாங்கு, படிம நயம், வெளியீட்டு நயம், தொனிப்பொருள் எல்லாம் இதை ஊர்ஜிதப்படுத்துகின்றன. இந்தக் கதை வெளிவரவும், 'ஏன்' அடிபட்டுப்போகிறது. மௌனி அந்தக் கதையைக் கழித்திருக்கலாம். அது தேவையில்லை. ஆனால் அதைச் சொல்ல நாம் யார்? புதுமைப்பித்தனிடம்

கூட இதுமாதிரி சொல்ல சில ஒரேவிதமான கதைகள் இருக்கின்றன. ராமையாவிடமும் காண்கின்றேன். என்னிடமும் கூட இருக்கக்கூடும். இப்படிப் பலரிடம் இருக்கலாம். எனவே இரண்டையும் பார்ப்போமே. இரண்டுக்கும் உள்ள வித்தியாசம் மலைக்கும் மடுவுக்கும் போல என்று நாம் சொல்ல உரிமை உண்டு.

'அழியாச்சுடர்' நல்ல கதை. இந்தக் கதையைப் படிக்கும்போது எனக்கு பிச்சமூர்த்தியின் 'மோஹினி' கதை ஞாபகம் வந்தது. அதுவும் அமானுஷ்ய அம்சம் கலப்பு கதை. மணிக்கொடிக்காரர்களின் முதல் பிரமைக் கதை அதுதான். ஆனால் பிச்சமூர்த்தி மணிக்கொடிக்காரர் ஆகுமுன் 'கலைமகள்' பத்திரிகையில் வெளிவந்த கதை. இதைப் பற்றி பிச்சமூர்த்தி பற்றி எழுதிய கட்டுரையில் எழுதி இருக்கிறேன். அதில் நண்பன் மூலம் கதை சொல்லல். கடிதம் மூலமும் தகவல்கள் - பிறகு நேரடி சந்திப்பு. மோஹினி பிரமை பிடித்தவனைப் பற்றியது. அவனும் இதேபோல ஒரு பெண்ணின் உருவத்தால் கவரப்படுகிறான். 'அழியாச்சுடர்' கதாபாத்திரம் அவளைச் சந்தித்தது கோவிலில். 'மோஹினி' கதாபாத்திரம் அவனைச் சந்தித்தது சுடுகாட்டில். முன்னதில் பார்வையில்தான் உறவு, கவரப்படுதல். பின்னதில் சம்பாஷணையில் உறவு. மோஹினி பிடித்த அவன் அதே பிரமையில் சித்தஸ்வாதீனம் ஏற்பட்டு இறுதியில் அவளைத் தேடி சுடுகாட்டுக்குப் போய் இறந்துவிடுகிறான். இதிலே அவனுக்கும் இரண்டாம் சந்திப்பில் ஏற்பட்ட பிரமையில் அவனுக்கே போகுமிட நிர்ணயம் இல்லாமல் எங்கேயோ போய்விடுகிறான். என்ன ஆனானோ தெரியாது. 'மோஹினி' கதையில் அமானுஷ்ய உருவம், மாய அழகு, மோகம் தொனிப் பொருள். 'அழியாச்சுடர்'

கதையில் காதல், எட்டமுடியாத அமானுஷ்ய சக்தி உருவம். எதானாலும் ஆளுமைச் சிதைவு. அழிவு பிரமை காரணமாக பிச்சமூர்த்தி அந்த ஒரு கதைதான் அந்த ரகத்தில் எழுதினார். மௌனி அதையே தன் முதன்மைப் படைப்புப் பொருளாகக் கொண்டு ஒரே டைப்பான பல கதைகள் எழுதிவிட்டார். புதுமைப்பித்தனும் இதேபோல ஒரே கதைகள் எழுதி இருக்கிறார். ஏன் ராமையா, லா. ச. ராமாம்ருதத்தையும் சேர்த்துக்கொள்ளலாம். இப்படி எழுதுவது பற்றிக் குறை கூறவில்லை. அவர்களுடைய 'அபிமான' கதைக்கரு என்பதைச் சுட்டிக்காட்டத்தான். மானிட இயல்பு மனவோட்ட அடிப்படைக் கதைகளில் இப்படி டைப் கதைகள் பல வந்திருக்கின்றன என்றாலும் அவை கனம், சம்பவம், உத்தேசம் காரணமாக பலவிதங்கள் ஏற்ற முடியும். இந்த மாதிரி, பிரமை, அமானுஷ்ய அம்சம், நோய்மனக் கதைகளில் விதங்கள் ஏற்றமுடியாது. ஒரு கதாசிரிய படைப்புப் பார்வையைக் குறுக்கிவிட்டதாகும். மாறுபாடின்மையால் சலித்துப்போகும் மனநிலை ஏற்படக்கூடும்.

முடிவாக - மௌனியின் இந்த எட்டுக் கதைகள் மணிக்கொடி சிறுகதை இயக்கத்திலே முந்திய ஏழு முதல்வர்களிடமிருந்தும் மாறுபட்ட ஒரு நூதன பரிமாணத்தைச் சேர்த்தது என்று சொல்லலாம். அந்த நூதனம் அவரது கதையின் தனித்தன்மை. அவரது சிறுகதைகளில் கதை அம்சம் ஸாலிட்டாக, அதாவது தின்மையானதும் கெட்டியானதும் பண்பொருளாகவும் இருக்கத்தான் செய்கிறது. ஆனால், மற்ற மணிக்கொடியாளரது சிறுகதைகளில் போல கான்கிரீட்டாக அதாவது ஸ்தூலமாக கதா சம்பவ நிகழ் உருவத் தோற்றம் கொண்டிராது. 'அப்ஸ்டிராக்ட்'

ஆக அதாவது நிகூடமான, குணவாசகமாக, மனநிழல் பாங்காக இருக்கும். மற்றவர்கள் சிறுகதைகளிலும் இந்த மனநிழல் பாங்கு அங்கங்கே இருக்கும். ஆனால் மௌனி சிறுகதைகள் முழுக்க முழுக்க பாவப் பிரதானமாகவே இருக்கும். சம்பவம், நிகழ்வு என்று பிரித்துப் பார்க்க முடியாதபடி குணபாவகமாகக் கலவையாகி இருக்கும்.

படைப்பு அநுபவ வெளியீட்டில் அவரது உத்தி தமிழுக்கு அன்று நூதனமானது. இந்தவித எழுத்துப்போக்கு கொஞ்சம் வாசகர்களை முதலில் குழப்பச் செய்யக்கூடும். ஆனால் மௌனி சிறுகதைகள் 'அப்ஸ்க்யூர்' தெளிவற்ற, புதிரான, சிக்கலான, புரியாதவை அல்ல. பாசக பக்குவம் அதாவது 'டிஸிபிளின்' இல்லாத குறைகாரணமே தவிர படைப்பின் தெளிவின்மை அல்ல.

www.ingramcontent.com/pod-product-compliance
Ingram Content Group UK Ltd.
Pitfield, Milton Keynes, MK11 3LW, UK
UKHW042124021026
15589UKWH00003B/595

9 789391 748869